D1771420

கிறித்தவமும் தமிழ்ச்சூழலும்

கிறித்தவமும் தமிழ்ச்சூழலும்
ஆ. சிவசுப்பிரமணியன் (1943)

தமிழகத்தின் முக்கியமான சமூக விஞ்ஞானிகளுள் ஒருவர். நாட்டார் வழக்காற்றியல், அடித்தள மக்கள் வரலாறு ஆகிய துறைகளில் பல நூல்கள் எழுதியுள்ளார். நீண்டகாலமாக நாட்டார் வழக்காற்றியல் துறையில் ஆர்வத்துடன் ஈடுபட்டு வருகிறார். இந்திய விடுதலைப் போராட்ட வரலாற்றில் தமிழகத்தின் பங்களிப்பு குறித்து ஆராய்வதிலும் ஆர்வம் கொண்டவர். பேராசிரியர் நா. வானமாமலையின் மாணவர்.

இத்துறையில் இவரது பங்களிப்பைப் பாராட்டி, தமிழ்நாடு முற்போக்கு எழுத்தாளர் கலைஞர் சங்கம் வாழ்நாள் சாதனையாளர் விருது வழங்கியுள்ளது. அமெரிக்கத் தமிழர்களின் 'விளக்கு' இலக்கிய அமைப்பு இவருக்கு 2018ஆவது ஆண்டுக்கான புதுமைப்பித்தன் இலக்கிய விருது வழங்கிப் பாராட்டியுள்ளது. தஞ்சைத் தமிழ்ப் பல்கலைக்கழகம் 2019இல் மதிப்புறு முனைவர் பட்டம் வழங்கிச் சிறப்பித்துள்ளது.

ஆசிரியரின் பிற நூல்கள்

- பொற்காலங்கள் – ஒரு மார்க்ஸிய ஆய்வுரை (1981)
- அடிமைமுறையும் தமிழகமும் (1984)
- வ.உ.சி.யும் முதல் தொழிலாளர் வேலைநிறுத்தமும் (1986)
- ஆஷ் கொலையும் இந்தியப் புரட்சி இயக்கமும் (1986, 2009)
- மந்திரமும் சடங்குகளும் 1988, 1999, 2010
- பின்னி ஆலை வேலைநிறுத்தம், 1921 (1990)
  (இணையாசிரியர்: ஆ. இரா. வேங்கடாசலபதி)
- எந்தப் பாதை (2000)
- வ.உ.சி. – ஓர் அறிமுகம் (2001)
- கிறித்தவமும் சாதியும் (2001)
- தமிழ் அச்சுத் தந்தை அண்ட்ரிக் அடிகளார் (2003)
- அடித்தள மக்கள் வரலாறு (2003)
- தமிழகத்தில் அடிமைமுறை (2005)
- நாட்டார் வழக்காற்றியல் அரசியல் (2006)
- பஞ்சமனா பஞ்சயனா (2006)
- தோணி (2007)
- கிறிஸ்தவமும் தமிழ்ச் சூழலும் (2007)
- கோபுரத் தற்கொலைகள் (2007)
- வரலாறும் வழக்காறும் (2008)
- ஆகஸ்ட் போராட்டம் (2008)
- வரலாறுப் பொருள்முதல்வாதம் – ஓர் அரிச்சுவடி (2008)
- உப்பிட்டவரை... (2009)
- எனவரைவியலும் தமிழ் நாவல்களும் (2009)
- பண்பாட்டுப் போராளி – நா. வானமாமலை (2010)
- மந்திரமும் சடங்குகளும் (2010)
- தமிழ்க் கிறித்தவம் (2014)
- பனை மரமே! பனை மரமே! பனையும் தமிழ்ச் சமூகமும் (2016)

பதிப்பு

- பூச்சியம்மன் வில்லுப்பாட்டு (1989)
- தமிழக நாட்டுப்புறப் பாடல் களஞ்சியம் (தொகுதி 10) (2003)
- தமிழக நாட்டுப்புறக் கதைக் களஞ்சியம் (தொகுதி 10) (2004)
- உபதேசியார் சவரிராய பிள்ளை 1801–1874 (2006)
- கல்லறை வாசகப்பா – கூத்து நாடகம் (2007)
- பெரியநாயகம் பிள்ளை தன் வரலாறு (2008)

குறுநூல்கள்

- எந்தப் பாதை (1992)
- தர்காக்களும் இந்து இஸ்லாமிய ஒற்றுமையும் (1997)
- பிள்ளையார் அரசியல் (1999)
- சமபந்தி அரசியல் (2000)
- பண்பாட்டு அடையாளப் போராட்டங்கள் (2000)
- மதமாற்றத்தின் மறுபக்கம் (2002)
- விலங்கு உயிர்ப்பலித் தடைச் சட்டத்தின் அரசியல் (2003)
- புதுச்சேரி தந்த நாட்குறிப்புகள் (2006)

ஆ. சிவசுப்பிரமணியன்

கிறித்தவமும் தமிழ்ச்சூழலும்

காலச்சுவடு பதிப்பகம்

அன்பார்ந்த வாசகருக்கு,

வணக்கம்.

காலச்சுவடு நூலை வாங்கியமைக்கு நன்றி.

நூலின் உள்ளடக்கம், உருவாக்கம், அட்டைப்படம் இன்ன பிற அம்சங்கள் பற்றிய உங்கள் கருத்துகளையும் ஆலோசனைகளையும் காலச்சுவடு வரவேற்கிறது. தகவல், எழுத்து, வாக்கியப் பிழைகள் தென்பட்டால் கட்டாயம் தெரிவித்து உதவுங்கள். நூல் தயாரிப்பில் கடும் குறைபாடு இருப்பின் மாற்றுப் பிரதி உங்களுக்குக் கிடைக்கக் காலச்சுவடு ஏற்பாடு செய்யும்.

மின்னஞ்சல்: **publisher@kalachuvadu.com**

காலச்சுவடு நாகர்கோவில் அலுவலகத்திற்குக் கடிதம் அனுப்பலாம்.

தங்கள்
எஸ். ஆர். சுந்தரம் (கண்ணன்)
பதிப்பாளர் —நிர்வாக இயக்குநர்

கிறித்தவமும் தமிழ்ச்சூழலும் ◆ கட்டுரைகள் ◆ ஆசிரியர்: ஆ. சிவசுப்பிரமணியன் ◆ © ஆ. சிவசுப்பிரமணியன் ◆ முதல் பதிப்பு: ஆகஸ்ட் 2007 ◆ காலச்சுவடு முதல் பதிப்பு: டிசம்பர் 2010, பத்தாம் பதிப்பு: டிசம்பர் 2023 ◆ வெளியீடு: காலச்சுவடு பப்ளிகேஷன்ஸ் (பி) லிட்., 669 கே.பி. சாலை, நாகர்கோவில் 629001

kiRittavamum tamizccuuzalum ◆ Essays ◆ Author: A. Sivasubramanian ◆ © A. Sivasubramanian ◆ Language: Tamil ◆ First Edition: August 2007 ◆ Kalachuvadu First Edition: December 2010, Tenth Edition: December 2023 ◆ Size: Demy 1 x 8 ◆ Paper: 18.6 kg maplitho ◆ Pages: 152

Published by Kalachuvadu Publications Pvt. Ltd., 669 K.P. Road, Nagercoil 629001, India ◆ Phone: 91-4652-278525 ◆ e-mail: publications @kalachuvadu.com ◆ Printed at Clicto Print, Jaleel Towers, 42 KB Dasan Road, Teynampet Chennai 600018

ISBN: 978-93-80240-13-8

12/2023/S.No. 360, kcp. 5007, 18.6 (10) uss

அருட்திரு பால் அலங்காரம் அடிகளார்
ரெவரெண்ட் தியாபிலஸ் அப்பாவு (பரட்டை)
பேராசிரியர் டேவிட் பாக்கியமுத்து
ஆகியோரின் நினைவுக்கு.

நன்றி

நூலின் இரண்டாம் பதிப்பை
வெளியிட ஏற்றுக்கொண்ட
காலச்சுவடு பதிப்பகத்தாருக்கு
என் நன்றி உரியது

பொருளடக்கம்

	முன்னுரை	11
1.	நாட்டார் விவிலியம்	17
2.	விவிலியமும் தமிழ்ச் சமூகமும்	32
3.	கொழுத்த கன்றும் கொழுத்த கடாவும்	41
4.	கிறித்தவர்களின் கல்விப்பணி	48
5.	அயோத்திதாசரும் கிறித்தவமும்	55
6.	கத்தோலிக்க ஆவணங்களும் தமிழக சமூக வரலாறும்	70
7.	பரமார்த்த குருவின் கதை	84
8.	கல்லறை வாசாப்பு நாடகம்	95
9.	கழுகுமலையில் கத்தோலிக்கம்	113
10.	ஒரு மறக்கப்பட்ட வரலாறு	116
11.	திருநெல்வேலிக்குக் கிறித்தவம் வந்தது	122
12.	கால்டுவெல்லும் இடையன்குடியும்	131
13.	சட்டாம்பிள்ளை வேதம்	137

முதற் பதிப்பின் முன்னுரை

தமிழ்நாட்டில் கிறித்தவத்தின் பரவல் யேசுவின் சீடர்களுள் ஒருவரான புனித தாமஸிலிருந்து தொடங்கு கிறது. தமிழ் மக்களால் 'தோமா', 'தொம்மையார்', 'தொம்மை' என்று உரிமையாக அழைக்கப்படும் தாமஸ் தமிழ்நாட்டின் தென்மாவட்டக் கடற்கரைப் பகுதிகளில் மறை பரப்பி, சென்னையில் கொலையுண்டார் என்பது பாரம்பரியமான நம்பிக்கை. கன்னியாகுமரியில் தற்போது விவேகானந்தர் மண்டபம் அமைந்துள்ள பகுதியில் அவர் அமர்ந்து தவம்செய்தார் என்று வாய்மொழிச் செய்திகள் குறிப்பிடுகின்றன. தூத்துக்குடி மாவட்டத்தில் பொருநையாறு கடலில் கலக்கும்போது புன்னைக் காயலுக்கும் பழைய காயலுக்கும் இடையே தீவு ஒன்றை உருவாக்கியுள்ளது. இங்கு தோமையார் பெயரில் ஆலயம் ஒன்றுள்ளது. இவ்விடத்தில் தோமையார் தங்கி யிருந்தார் என்பது இப்பகுதி மக்களின் அசைக்க முடியாத நம்பிக்கை. சென்னை கிண்டி அருகேயுள்ள குன்றுப் பகுதியில், தாமஸ் கொலைசெய்யப்பட்டு அடக்கம் செய்யப்பட்டார். ஐரோப்பியரைக் குறிக்கப் பயன்படுத்திய 'பரங்கி' என்ற சொல்லால் 'பரங்கி மலை' என்று மக்களால் அழைக்கப்பட்ட இக்குன்றுப்பகுதி தற்போது ஆங்கிலத்தில், செயிண்ட்தாமஸ் மலை என்றே அழைக்கப்படுகிறது. 'கேரளத்தில் மார்க்கவழியிட்டு அவஸ்தா' என்ற பெயரில் மலையாளத்தில் எழுதப்பட்ட ஓலைச்சுவடி ஒன்றில், தமிழ்நாட்டிலிருந்து கிறித்தவர்கள் கொல்லம் நகருக்கு இடம்பெயர்ந்து வந்த செய்தி இடம் பெற்றுள்ளது. காவிரிப்பூம்பட்டினத்தை ஆண்ட சோழ மன்னன் கிறித்தவர்களாக மதம் மாறியவர்களைத் துன்புறுத்தியதாகவும் அதிலிருந்து தப்பித்துக்கொள்ள அவர்கள் அங்கிருந்து இடம்பெயர்ந்து கொல்லம்

வந்ததாகவும் அச்சுவடி குறிப்பிடுகிறது. இதை உறுதிப்படுத்தும் வகையில் வரலாற்று ஆவணங்கள் எவையும் கிட்டவில்லை என்றாலும் தமிழகத்தில் கிறித்தவத்தின் தொன்மையைக் குறிக்கும் சான்றாக இதைக் கருத முடியும்.

16ஆம் நூற்றாண்டில் கத்தோலிக்கம் தமிழ்நாட்டின் கடற்கரைப் பகுதியில் போர்ச்சுக்கீசியர்களின் துணையுடன் பரவியது. 17ஆம் நூற்றாண்டில் கி.பி. 1658இல் டச்சுக்காரர்கள் தூத்துக்குடியைக் கைப்பற்றி தம் ஆட்சியை நிலைநிறுத்தினர். தமிழ்நாட்டின் வடபகுதியில் நாகப்பட்டினம், பழவேற்காடு, பரங்கிப்பேட்டை ஆகிய ஊர்களிலும் அதைச் சுற்றியும் டச்சுக் காரர்கள் ஆதிக்கம் செலுத்தினாலும் அவர்கள் பின்பற்றிய சீர்திருத்தக் கிறித்தவத்தை, குறிப்பிடத்தக்க அளவில் பரப்ப இயலவில்லை. 18ஆம் நூற்றாண்டில் தரங்கம்பாடியில் சீர் திருத்தக் கிறித்தவம் கால்கொண்டது.

தமிழ்நாட்டின் சமூகப் பண்பாடு வரலாற்றை நேர்மையாக எழுதப்புகும் எவரும் கிறித்தவத்தைப் புறக்கணித்துவிட முடியாது. ஆனால் நம் வரலாற்றாசிரியர்களும் இலக்கிய ஆசிரியர்களும் தமிழ்க் கிறித்தவத்திற்கு உரிய இடத்தை இன்னும் வழங்கவில்லை. தமிழென்றால் அது சைவத்தோடும் வைணவத்தோடும் இயல்பாக இணைந்த ஒன்று என்ற கருத்தை மாணவர்கள் மனதில் பதியவைக்கும் நோக்குடன், 'சைவ இலக்கியம்', 'வைணவ இலக்கியம்' என்ற இரண்டையும் 'பக்தி இலக்கியம்' அல்லது 'பக்திப் பாடல்கள்' என்ற தலைப்பிற்குள் எளிதாக அடக்கிவிடுகின்றனர். 'சைவர்களின் தமிழ்ப்பணி' 'வைணவர்களின் தமிழ்ப்பணி', என்று தலைப்பிடுவதில்லை. இவ்விரு சமயங்களுக்கும் தமிழுக்கும் உள்ள உறவு மிக இயல் பான ஒன்று என்ற சித்திரத்தை உருவாக்கிவிடுகின்றனர். அதே நேரத்தில் 'சமணர்களின் தமிழ்ப்பணி', 'பௌத்தர்களின் தமிழ்ப்பணி', 'கிறித்தவர்களின் தமிழ்ப்பணி', 'இஸ்லாமியர் களின் தமிழ்ப்பணி' எனத் தலைப்பிட்டு, தமிழுக்கு அந்நியமான வர்கள், ஏதோ போகிறபோக்கில் தமிழுக்குப் பணி செய்திருக் கிறார்கள் என்ற கருத்தை உருவாக்கிவிடுகிறார்கள்.

> "கிறித்தவர்கள் தமிழுக்காற்றிய 'தொண்டு' எனக் கூறிக் கிறித்தவர்களை மானசீகமாகத் 'தமிழிலிருந்து ஒதுக்கி வைக்க' விரும்பியோரும், கிறித்தவர்கள் பங்களிப்பினை யும் 'மேனாட்டர்' பங்களிப்பினையும் எவ்வாறு பிரித்து நோக்குவது எனத் தயங்கினோருமெனப் பலர்"

என்று கா. சிவத்தம்பி இத்தகைய இலக்கிய வரலாற்றாய்வாளர் களைக் குறிப்பிடுவார்.

கிறித்தவத்தை இம்மண்ணில் அறிமுகப்படுத்தியவர்கள் ஐரோப்பியர்கள் என்பதால் அதைப் பின்பற்றுபவர்கள் ஐரோப்பியர்களாகிவிடமாட்டார்கள். அவர்கள் இம்மண்ணின் மைந்தர்கள். ஐரோப்பியக் குருக்கள் வாயிலாகத் தாம் தழுவிய கிறித்தவத்தை தம் பாரம்பரியத்துடன் இணைத்துக்கொண்டவர்கள். இதனால் மானிடவியலார் குறிப்பிடும் இரு பண்பாட்டுக் கலப்பு, தமிழ்க் கிறித்தவர்களிடையே உருவாகியுள்ளது. இது விரிவாக ஆராயப்படவேண்டிய ஒன்று. கிறித்தவர்களின் நாட்டார் வழக்காறுகள் முறையாகச் சேகரிக்கப்பட்டால் இப்பண்பாட்டுக் கலப்பை விரிவாக அறிந்துகொள்ள இடமுண்டு. இதனடிப்படையிலேயே கிறித்தவ நாட்டார் வழக்காறுகளின் துணையுடன் இந்நூலில் சில கட்டுரைகள் உருவாகியுள்ளன.

கிறித்தவர்களல்லாத பெரும்பான்மையான தமிழ் மக்களிடம் 'தேம்பாவணி', 'இரட்சணிய யாத்திரிகம்', தரங்கம்பாடி, கால்டுவெல், போப் ஐயர், அச்சுக்கூடம், அனாதை இல்லங்கள் என்ற அளவிலேயே கிறித்தவம் குறித்த புரிதல் அமைந்துள்ளது. தமிழ்ச் சமூகத்தின் இலக்கியம், நாட்டார் வழக்காற்றியல், அரசியல், பொருளாதாரம், வரலாறு, பண்பாடு ஆகிய அறிவுத் துறைகளில் அதன் பங்களிப்பு முழுமையாக வெளிப்படுத்தப்படவில்லை. அடித்தள மக்களின் எதிர்க்குரலாகவும் எதிர்ப்பண்பாட்டை உருவாக்கும் உந்துசக்தியாகவும் தமிழ்ச் சமூகத்தில் கிறித்தவம் விளங்கியுள்ளது. ஆனால், இவ்வுண்மையும் முழுமையாக வெளிக்கொணரப்படவில்லை.

தமிழிலக்கிய வரலாற்றில் பிழையான தகவல்களையே திரும்பத் திரும்பக் கூறிவருகிறோம். தமிழின் முதல் நூல் அச்சாக்கம் தமிழ்நாட்டிற்கு வெளியே கொல்லம் நகரில் 1568ஆம் ஆண்டு நிகழ்ந்தது. தமிழ்நாட்டு எல்லைக்குள் முதன் முறையாக 1586ஆம் ஆண்டில் தூத்துக்குடி மாவட்டத்தின் புன்னைக்காயல் என்ற கடற்கரைச் சிற்றூரில் நிகழ்ந்தது. உண்மை இவ்வாறிருக்க, 1712ஆம் ஆண்டில் தரங்கம்பாடி ஊரில் சீகன்பால்க் நிறுவிய அச்சகமே முதல் தமிழ் அச்சகம் என்று எழுதப்பட்ட இலக்கிய வரலாறுகள் இன்றும் வெளியாகிக் கொண்டிருக்கின்றன.

போப் ஐயர் தமது கல்லறையில் 'தமிழ் மாணவன்' என்று பொறிக்கச் செய்தாரென்பது இன்றுவரை பரவலாக நிலவிவரும் நம்பிக்கை. இளங்கலை, இளம் அறிவியல் பயிலும் மாணவர்களுக்கான 'தமிழ் இலக்கிய வரலாறு' நூல்கள் பலவற்றில் இந்நம்பிக்கை தவறாது இடம்பெற்றுள்ளது. கல்லூரி மாணவர்களிடையே பொது அறிவை வளர்க்கும் வகையில் உருவாக்கப்பட்ட பொது அறிவு நூல் ஒன்றைத் தமிழ்நாட்டுப் பல்கலைக்

கழகம் ஒன்று வெளியிட்டது. இந்நூலில் சரியானதைத் தேர்ந் தெடுக்கவும் என்ற தலைப்பில் இடம்பெற்றிருந்த ஒரு வினா, 'தம் கல்லறையில் தமிழ் மாணவனென்று பொறிக்கச் செய்தவர் யார்?' என்பதாகும். இவ்வினாவுக்கான சரியான விடையாக அந்நூலில் ஜி.யு. போப்பின் பெயர் இடம்பெற்றிருந்தது.

போப்பின் கல்லறையை இங்கிலாந்து நாட்டில் தேடிக் கண்டுபிடித்த எழுத்தாளர் மீ.பா. சோமசுந்தரம். *1961 பிப்ரவரி கல்கி இதழில்* எழுதிய கட்டுரையில் அக்கல்லறை வாசகத்தை வெளியிட்டுள்ளார். பின்னர் 'அக்கரைச் சீமையில்' என்ற தலைப் பில் அவர் வெளியிட்டுள்ள நூலிலும் போப்பின் கல்லறையி லுள்ள கல்லறை வாசகம் இடம்பெற்றுள்ளது. அது வருமாறு:

"George Uglow Pope, D.D.

of South India; Sometime Lecturer in Tamil and Telugu,

In the University and chaplain of Balliol college, Oxford.

Born 24th April 1820. Died 11th February 1908.

This stone has been placed here by his family and by his Tamil friends in South India

In loving Admiration of his lifelong labours in the Cause of Orient literature and philosophy"

தமிழ் மாணவன் என்ற சொல் இக்கல்லறை வாசகத்தில் இடம்பெறாத நிலையில் மீண்டும் மீண்டும் அதைக் கிளிப் பிள்ளைப்போல் கூறிக்கொண்டிருக்கிறோம். எவரையும் பகடி செய்யும் நோக்கில் இச்செய்திகளை இங்கு கூறவில்லை. கட்டுரையிலும் நூல்களிலும் தகவல்பிழைகள் இடம்பெறுவது அவ்வப்போது நிகழக்கூடிய ஒன்றுதான். இதை மிகைப்படுத்தி மகிழ்வது பண்பாடாகாது. ஆனால், ஆதாரமின்றி வெளியான செய்திகளை அரைநூற்றாண்டுக் காலமாக மாணவர்களிடம் தொடர்ந்து பரப்பிவருகிறோம் என்பதுதான் உறுத்தலாய் உள்ளது. இதற்குக் காரணம் கிறித்தவத்தின் பங்களிப்பை ஒரு பொருட்டாக நாம் நினையாததுதான். பல்வேறு சமயங் களின் பங்களிப்பு தமிழ் மற்றும் தமிழக வரலாற்றிற்கு உண்டு. இதனடிப்படையில் தமிழகப் பண்பாடு என்பது ஒற்றைத் தன்மை வாய்ந்ததல்ல என்பதையும் பன்முகத்தன்மை வாய்ந்தது என்பதையும் வெளிப்படுத்தும் அவசியம் ஆய்வாளர்களுக்கு உண்டு. தமிழக வரலாற்றிற்கும் பண்பாட்டிற்கும் மதச் சிறுபான்மையினர் ஆற்றிய பணியினை வெளிக்கொணரும் முயற்சியின் ஒரு பகுதியே இச்சிறுநூல்.

○

நாட்டார் வழக்காற்றியலிலும் சமூக வரலாற்றிலும் ஆர்வம் கொண்டவன் என்ற முறையில் தமிழகக் கிறித்தவம் தொடர் பாக நான் அவ்வப்பொழுது எழுதிவந்த கட்டுரைகளின் தொகுப்பே இந்நூல். ஏறத்தாழ இருபத்தைந்து ஆண்டு கால இடைவெளியில் எழுதப்பட்ட கட்டுரைகளின் தொகுப்பு என்ப தால் பத்திரிகைகளில் வெளிவந்தபடியே இந்நூலில் இடம்பெற வில்லை. சில மாற்றங்களுடன் இடம்பெற்றுள்ளன. இக் கட்டுரைகளை வெளியிட்டு ஊக்கப்படுத்திய இதழாசிரியர் களுக்கு என் நன்றி உரியது.

இக்கட்டுரைகள் எழுதத் தேவையான தரவுகளைப் பெறுவதில் சென்னை அருட்கடல் நூலகம், திருச்சி புனித சின்னப்பர் குருத்துவக் கல்லூரி நூலகம், பாளையங்கோட்டை தூய சவேரியார் கல்லூரியின் நாட்டார் வழக்காற்றியல் ஆய்வு மைய நூலகம், செண்பகநல்லூர் சேசு சபை ஆவணக் காப்பகம் ஆகியன உறுதுணையாய் நின்றன. இவற்றைப் பயன்படுத்த அனுமதி வழங்கிய பணி. ச.தே. செல்வராசு அடிகளார், சேசுசபை அருட்பணியாளர்கள் ஆலன். ஆரோக்கியதாஸ், மரிய இருதயராஜா, பிரான்சிஸ் செயபதி, பிரிட்டோ வின்சென்ட், அந்தோணிசேவியர், வி.மி. ஞானபிரகாசம், அண்டோ, பாளையங் கோட்டை பிஷப் ஸ்டீபன் நீல், நினைவு நூலகத்தின் நூலகர் திரு. கிங்ஸ்லி ஆகியோருக்கும் என் நன்றி உரியது.

முனைவர் நா. இராமச்சந்திரன், முனைவர். ந. முத்து மோகன், முனைவர் மே.து. ராசுகுமார், திரு. எட்வின் சாமுவேல் (தூத்துக்குடி), முனைவர் ஆ.இரா. வேங்கடாசலபதி, திரு. முத்து ராஜா (நாட்டார் வழக்காற்றியல் ஆய்வு மைய நூலகர்), பேராசிரியர் ரகு அந்தோணி ஆகியோர் இந்நூல் உருவாக்கத் திற்குத் துணைநின்றுள்ளனர். இந்நூலில் இடம்பெற்றுள்ள புகைப்படங்களைத் தோழர். அ. சிவன் (பாரதி ஸ்டூடியோ, கோவில்பட்டி) பணி. செங்கோல் (பாளை மறைமாவட்டக்குரு) ரெவரண்ட் கிப்ஸன் (கொங்கராயக் குறிச்சி) ஆகிய மூவரும் எடுத்துதவினர்.

இந்நூலின் கையெழுத்துப்படியினை உருவாக்குவதில் துணை நின்ற செல்வி ஜோ. ஜூட் ரத்தினமாலதி, செல்வி. ஞா. மெர்ஸி ஆகிய இருவருக்கும் கணினிப் படியினைத் தயாரித்துதவிய திருமதிகள் டெய்ஸி ஜோசப், உமாவைத்தி, அருள்மேரி ஆகிய மூவருக்கும் என் நன்றி உரியது.

சிதறிக்கிடந்த கட்டுரைகளை ஒன்றுதிரட்டி, நூலாக்க வேண்டும் என்ற கருத்தை முன்மொழிந்து, அதை விரைந்து செயலாக்கிக் காட்டியுள்ளார் தோழர். பவா செல்லதுரை. கவிஞர்,

கதாசிரியர் எனப் பல்வேறு ஆற்றல்கள்கொண்ட இவர் தற்போது பதிப்பாளராகவும் உருவெடுத்துள்ளார். இவரை, எனக்கு அறிமுகப்படுத்திய தமிழ்நாடு முற்போக்கு எழுத்தாளர் சங்கத்தின் பொதுச்செயலர் தோழர் தமிழ்ச்செல்வனுக்கு என் நன்றி உரியது.

○

கிறித்தவம் குறித்த எனது புரிதலுக்குத் துணை நின்றவர்களுள் மூவர் குறிப்பிடத்தக்கவர்கள். முதலாமவர் 'ஏழைகளின் தோழன்' என்றழைக்கப்பட்ட பணி, பால் அலங்காரம் அடிகளார். இரண்டாமவர் 'பரட்டை' என்று நண்பர் குழாமால் அன்புடன் அழைக்கப்பட்ட ரெவரெண்ட் தியாபிலஸ் அப்பாவு; மூன்றாமவர் சென்னை கிறித்தவ இலக்கியச் சங்கத்தின் செயலாளராகப் பணியாற்றிய பேராசிரியர் டேவிட் பாக்கிய முத்து. இந்நூல் உருவாக்கத்தைக் காண இம்மூவரும் இன்று உயிருடன் இல்லை. மகிழ்ச்சியினூடே சோகம் இழையோடுகிறது. வாழ்க்கை என்பது மகிழ்ச்சியும் சோகமும் கலந்தது தானே? இம்மூவரின் நினைவுக்கும் இந்நூலைக் காணிக்கையாக்கி மனநிறைவு கொள்கிறேன்.

வரலாற்று நோக்கிலும் சமூகவியல் நோக்கிலும் ஆராய்வதற்கான செய்திகள் தமிழ்க் கிறித்தவத்தில் மிகுதியாகவுள்ளன என்றவுணர்வு, இந்நூலைப் படித்து முடித்தவுடன் வாசக நண்பர்களிடம் தோன்றுமானால் அதுவே இந்நூலின் வெற்றி என்று கருதுகிறேன்.

ஆ. சிவசுப்பிரமணியன்

'பாரதி'
2/36 அ. மூன்றாம் குறுக்குத் தெரு
தபால் தந்தி குடியிருப்பு (மேற்கு)
தூத்துக்குடி - *628008.*
a.sivasubramanian@gmail.com
அலைபேசி : *9442053606.*

1

நாட்டார் விவிலியம்

கிறித்தவர்களின் புனித நூலாக அமையும் விவிலியம் தனித்தனி நூல்களடங்கியதொரு தொகுப்பு நூலாகும். இத்தொகுப்பு நூல் 'பழைய ஏற்பாடு', 'புதிய ஏற்பாடு' என இரு பிரிவுகளைக்கொண்டது. பழைய ஏற்பாட்டில் முப்பத்தெட்டு தனித்தனி நூல்களும் புதிய ஏற்பாட்டில் இருபத்தேழு தனித்தனி நூல்களும் அடங்கியுள்ளன. இவற்றுள் பழைய ஏற்பாடானது எபிரேய (ஹீப்ரு) மொழியில் எழுதப்பட்டது. ஒன்றிரண்டு சிறு பிரிவுகள் மட்டும் ஹீப்ருவுடன் தொடர்புடைய அராமிக் மொழியில் எழுதப்பட்டன. இதன் காலம் கி.மு.6 அல்லது 7ஆம் நூற்றாண்டிலிருந்து கி.மு.150 வரை என்று கணக்கிடப்பட்டுள்ளது. செமிட்டிக் இனக்குழுவின் ஒரு பிரிவினர் எகிப்தியரின் அடிமைகளாய் அலைக்கழிந்து பின்னர் பாலஸ்தீனப் பகுதியில் தங்களுக்கென ஒரு நாட்டை உருவாக்கிக்கொண்டதையும் குறுகிய காலத்தில் டேவிட், சாலமன் என்ற மன்னர்களின் தலைமையில் ஓர் அரசியல் சக்தியாக உருப்பெற்றதையும் பழைய ஏற்பாடு எடுத்துரைக்கிறது. உரைநடையிலும் செய்யுளிலும் அமைந்த இந்நூலில் இடம்பெற்றுள்ள முப்பத்தெட்டு நூல்களும் நடையாலும் உள்ளடக்கத்தாலும் வேறுபட்டவையாகும். புராணம், வரலாறு, சட்டம், அறவுரை, தீர்க்கதரிசனம், நன்னெறிப்படுத்தல் ஆகியன இவற்றுள் இடம்பெற்றுள்ளன. மானுடவியல் நோக்கில் பார்த்தால் இனக்குழு வாழ்க்கை, அடிமை வாழ்க்கை, மேய்ச்சல் நில வாழ்க்கை, வேளாண்மை வாழ்க்கை என்ற நான்கு கட்டங்கள் பழைய ஏற்பாட்டில் இடம்பெற்றுள்ளன எனலாம்.

புதிய ஏற்பாடு கிரேக்க மொழியில் எழுதப்பட்ட 27 நூல்களைக்கொண்டது. இவற்றுள் முதல் நான்கு

நூல்கள், 'நற்செய்தி' நூல்கள் (*Gospels*) என்றழைக்கப்படு கின்றன. இவை முறையே மத்தேயு (மத்யூ), மாற்கு, லூக்கா, அருளப்பர் (ஜான்) என்ற யேசுவின் நான்கு சீடர்களால் எழுதப்பட்டவையாகும். தூதுவன் என்ற பொருளைத் தரும் அப்போஸ்தலர் என்ற சொல்லின் அடிப்படையில் அப்போஸ் தலர் பணி என்ற நூல் புதிய ஏற்பாட்டில் இடம் பெற்றுள்ளது. யேசு தேர்ந்தெடுத்துப் பயிற்சியளித்து மறை பரப்ப அனுப்பிய சீடர்களே அப்போஸ்தலர் எனப்படுகின்றனர். ஆயினும் அப்போஸ்தலர் அனைவரின் பணிகளையும் இது குறிப்பிட வில்லை. குறிப்பாக, இந்தியாவுக்கு வந்த யேசுவின் சீடரான தோமையரின் (தாமஸ்) பணிகளைப் பற்றிய குறிப்புகள் எவையும் இதில் காணப்படவில்லை. இராயப்பர் (பீட்டர்), சின்னப்பர் (பால்) என்ற இருவரின் பணி மட்டுமே இப்பகுதியில் இடம்பெற்றுள்ளது.

அப்போஸ்தலர்களின் பணி நூலுக்கு அடுத்தபடியாகப் புனித சின்னப்பரின் கடிதங்கள் இடம்பெற்றுள்ளன. இக் கடிதங்கள் அவை எழுதப்பட்ட கால வரிசைப்படியன்றி அவற்றின் அளவு வரிசைப்படி (நீண்ட கடிதங்கள், குறுகிய கடிதங்கள்) இடம்பெற்றுள்ளன. இக்கடிதங்கள் அனைத்தும் திருச்சபைகளுக்கு எழுதப்பட்டவையாகும். இவற்றை அடுத்து புதிய ஏற்பாட்டில் இடம்பெற்றுள்ள இறுதி நூல் அருளப்பர் (ஜான்) எழுதிய திருவெளிப்பாடாகும். ஆதிக் கிறித்தவர்களுக்கு எதிராக அடக்குமுறை நிகழ்ந்த காலத்தில் அவர்களுக்கு ஆக்கமும் ஊக்கமும் நம்பிக்கையும் அளிக்கும் நோக்கில் இந்நூல் எழுதப்பட்டுள்ளது.

"தற்காலத்தில் வாழும் இறைப்பற்றாளனுக்கும் யேசுநாதருக் கும் இடையிலான கால இடைவெளியை, தொடக்க கால இறைப்பற்றாளனின் நினைவுப் பதிவுகள் வாயிலாக விவிலியம் பூர்த்திசெய்கிறது. இதனால், விவிலியச் சொற்களின் வாயிலாக யேசுவின் தொடக்க காலச் சீடர்களைப் போன்றே அவரைச் சந்திக்கவும் அவரது உரைகளைக் கேட்கவும் முடிகிறது" என்று மாத்யூ பி.ஜான் (1969:18) குறிப்பிடுவார். கிறித்தவர்களின் அன்றாட வாழ்விலும் வழிபாட்டிலும் விவிலியம் முக்கிய இடம் வகிக் கிறது தேவாலய வழிபாட்டின் ஓர் அங்கமாக மட்டுமின்றி தனிப்பட்ட பக்தி முயற்சியிலும் விவிலிய வாசிப்பு முக்கிய இடத்தைப் பெற்றுள்ளது.

புறக்கணிக்கப்பட்ட நூல்கள் (*Appocrypha*)

கி.பி. 2 ஆம் நூற்றாண்டில் கிறித்தவர்கள் யூத வேதத்தைப் பழைய ஏற்பாடு என்றும் கிறித்தவ வேதத்தைப் புதிய ஏற்பாடு

என்றும் அழைக்கத் தொடங்கினர். 'மனுகுலத்தின் விடுதலை இவ்விரண்டிலும் இருப்பதாகக் கருதினர். உலக மக்களின் ஒரு பிரிவினரான யூதர்களிடம் இறைவன் ஏற்படுத்திக்கொண்ட உடன்படிக்கை பழைய ஏற்பாடு என்றும் உலகின் மக்கள் அனைவருடனும் இறைவன் ஏற்படுத்திக்கொண்ட உடன் படிக்கை புதிய ஏற்பாடு என்றும் நம்பினர். இதனடிப்படை யில் இரண்டும் இணைந்து ஒரே நூலாக உருப்பெற்றன' (சரோஜினி பாக்கியமுத்து 1990:5).

இந்நிகழ்வு கி.பி. 369 க்குப் பின் ஏற்பட்டது. இவ்வாறு, ஒரே நூலாக இணைக்கும்போது கிறித்துவக் குருக்கள் பல பகுதிகளை ஒதுக்கித் தள்ளிவிட்டுத் தேர்ந்தெடுத்த பகுதிகளை மட்டும்கொண்ட விவிலியத்தை உருவாக்கினர். இதுவே திருச் சபையின் மரபு வழுவா விவிலியமாகும் (Canonical Bible). இவ்வாறு, அவர்கள் சில பகுதிகளை ஒதுக்கித் தள்ளியமைக்கு அவை, யேசுவின் போதனைகளுக்கு மாறானவை என்பதும் போலியானவை என்பதும் காரணமாகக் கூறப்படுகிறது. இவ்வாறு, ஒதுக்கித் தள்ளப்பட்டவை 'புறக்கணிப்பு நூல்கள்' அல்லது 'தள்ளுபடி நூல்கள்' என்ற பொருளைத் தரும் அப்போகிரைபா (Appocrypha) என்ற பெயரில் நூலாக உள்ளன. ஆயினும், இந்நூல் இறையியல் கல்வி பயிலும் குரு மாணவர்களாலும் விவிலிய அறிஞர்களாலும் மட்டுமே பயன்படுத்தப் படுகிறது.

தமிழில் விவிலியம்

யேசுவின் சீடர்களுள் ஒருவரான தோமா எனப்படும் புனித தாமஸ் கிறித்துவத்தை இந்தியாவில் அறிமுகப்படுத்தினார். இதனால்தான் தொடக்கக் காலத் தமிழ்நாட்டில் சமயப் பணி யாற்றிய தாமஸ், சென்னை அருகிலுள்ள பரங்கிமலையில் கொலையுண்டார். இதன் பின்னர் பல நூற்றாண்டுகள் கழித்து 16ஆம் நூற்றாண்டில் கத்தோலிக்கக் கிறித்தவம் தமிழ்நாட்டில் முத்துக் குளித்துறைப் பகுதியில் பரவியது. ஆயினும், விவிலியம் இக்காலத்தில் தமிழில் மொழிபெயர்க்கப்படவில்லை. 'பரமண்டல செபம்' மட்டுமே சவேரியாரால் தமிழில் மொழிபெயர்க்கப் பட்டுக் கற்றுக்கொடுக்கப்பட்டிருந்தது. 1554 பிப்ரவரி 11ஆம் நாள் 'கார்த்தியா' என்ற பெயரில் கத்தோலிக்க மந்திரங்கள் அடங்கிய நூல், போர்ச்சுக்கல் நாட்டின் தலைநகரான லிஸ்பன் நகரில் அச்சாகியது. முப்பத்தெட்டு பக்கங்கள்கொண்ட இந் நூலில் இடம்பெற்றுள்ள வழிபாட்டு முறைகள், போர்ச்சுக் கீசிய மொழியின் வரி வடிவில், தமிழ் எழுத்து மொழிபெயர்ப் பாக அச்சிடப்பட்டன. முதலில் எழுத்து மொழிபெயர்ப்பு

வடிவமும் அதையடுத்து அதற்கிணையான போர்ச்சுக்கீசிய மொழிபெயர்ப்பு வடிவமும் அடுத்தடுத்து இந்நூலில் இடம் பெற்றுள்ளன. இந்நூல் கத்தோலிக்கத் தமிழர்களை மனத்தில் கொள்ளாது அவர்களிடம் பணியாற்றும் போர்த்துக்கீசியக் குருக்களுக்கென்றே தயாரிக்கப்பட்டது.

 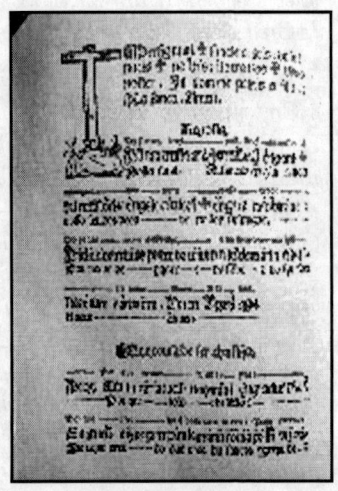

கார்த்தியா நூல் (1554இல் லிஸ்பனில் அச்சிடப்பட்டது)

அண்ட்ரிக் அடிகளார் என்ற போர்த்துக்கீசிய சேசுசபைத் துறவி 'தம்பிரான் வணக்கம்' என்ற பெயரில் கத்தோலிக்கர்களின் அடிப்படை வழிபாட்டு மந்திரங்களைக்கொண்ட நூல் ஒன்றை 1578இல் வெளியிட்டார். கொல்லத்திலுள்ள சேசுசபை மீட்பர் கல்லூரியில் வெளியான பதினேழு பக்கங்கள் கொண்ட இச் சிறு நூல், ஒரு மொழிபெயர்ப்பு நூலாகும். இந்நூலின் இறுதிப் பகுதியில் யேசுவின் மலைப் பொழிவிலிருந்து ஒரு சிறுபகுதி இடம்பெற்றுள்ளது. பெரும்பாலும் இப்பகுதிதான் தமிழ் மொழியில் அச்சான முதல் விவிலியப் பகுதி என்று கூறலாம்.

இதன் பின்னர் 1579ஆம் ஆண்டு நவம்பர் 14 ஆம் நாள் கொச்சியிலுள்ள தேவதாய்க் கல்லூரியில் கிறித்துவப் படிப்பினை (Doctrina Christian) என்ற போர்ச்சுக்கீசிய நூலின் தமிழ் மொழிபெயர்ப்பை 'கிறிசித்தியானி வணக்கம்' என்ற பெயரில் அண்ட்ரிக் அடிகளார் வெளியிட்டார். வினா – விடை வடிவில் அமைந்த இந்நூலில் கிறிஸ்து என்று பெயர் பெற்றது ஏன்? என்ற ஆசிரியரின் கேள்விக்கு மாணவன் அளிக்கும் விடை இவ்வாறு அமைந்துள்ளது:

அதாவது ஜூதமார் வேதம் நடக்கிற காலத்திலே யாதொருத்தனை இராசாவாக வைக்கும்பொழுது, முந்த அந்த வேதத்தின் படியே அவன் தலையிலே எண்ணெய் வார்ப்பார்கள். சசெடுதோத்திகளுக்கும், பொறோ பெத்தைகளுக்கும் அவ்வண்ணமே செய்துவருவார்கள். அப்படி எண்ணெய் வார்த்துக் கொண்டவர்கள் கிரேகுப் பாஷையிலே கிறீசித்து என்று பெயர்ப்படுவார்கள். புருத்துக்கள் பாஷையிலே உஞ்சிது என்று சொல்லப்படும். தமிழ் பாஷையிலே நன்றாய்ச் சொல்லிக் கூடாது. வாத்துக்கொண்டவன் என்று சொன்னாலும் கிறிசித்து என்ற சொல்லுக்குத் திடன் போதாது.

கிறிஸ்து என்ற சொல்லுக்கு விளக்கமளிக்க அண்டிரிக் அடிகளார் எவ்வளவு சிரமப்பட்டுள்ளார் என்பதை மேற்கூறிய பகுதி உணர்த்துகிறது. இப்பகுதியை இன்றையத் தமிழ் நடையில் இவ்வாறு எழுதலாம்.

கிறிஸ்து என்ற வார்த்தையின் பொருள் அறியத்தக்கதாகச் சில செய்திகளைச் சொல்லவேண்டியிருக்கிறது. அதாவது, யூதர்களின் வேதம் நடக்கிற காலத்திலே யாதொருவனை மன்னனாக்கும்போது, முன்பு அந்த வேதத்தின்படி அவன் தலையிலே எண்ணெய் தடவுவார்கள். குருக்களுக்கும் தீர்க்கதரிசிகளுக்கும் அவ்வண்ணமே செய்வார்கள். அப்படி எண்ணெய் தடவிக்கொண்டவர்கள் கிரேக்க மொழியில் கிறிஸ்து என்று அழைக்கப்படுவார்கள். போர்ச்சுக்கீசிய மொழியில் பூசுதல் என்று சொல்லப்படும். தமிழ் மொழியில் நன்றாய்ச் சொல்லமுடியாது. வார்த்துக் கொண்டவன் என்று சொன்னாலும் கிறிஸ்து என்ற சொல்லுக்கு ஈடாகாது.

மேற்கூறிய இரு நூல்களையும் அடுத்து, அடியார் வரலாறு என்ற நூலை அண்டிரிக் அடிகளார் 1586 ஆம் ஆண்டில் தூத்துக்குடி மாவட்டத்தில் உள்ள புன்னைக்காயல் என்ற கடற்கரை ஊரில் அச்சிட்டு வெளியிட்டார். கிறித்தவப் புனிதர்களின் வரலாற்றைக் கூறும் இந்நூலில், ஒவ்வொரு மாதத்திலும் இடம்பெறும் புனிதர்களின் திருநாட்களும் அவர்கள் வரலாறும் இடம்பெற்றுள்ளன. இதனடிப்படையில் டிசம்பர் மாதத்திற்குரிய புனிதரின் திருநாளாக யேசுவின் பிறப்பும் அவர் சிலுவையில் அறையுண்டு உயிர்த்தெழுந்த நிகழ்ச்சிகளும் இடம்பெற்றுள்ளன. இப்பகுதிகள் விவிலியத்தின் மொழிபெயர்ப்பாகவே அமைந்துள்ளன. இவ்வாறு விவிலிய மொழிபெயர்ப்பு, சிக்கலானதாகவும் அரிதானதாகவும் இருந்த காலத்தில் தமிழ்நாட்டுக் கிறித்தவர்கள் விவிலியத்தை எவ்வாறு அறிந்துகொண்டார்கள் என்ற கேள்வி தோன்றுகிறது. இக்கேள்விக்கு விடை காணும்

முயற்சியாக நாட்டார் விவிலியம் என்பது குறித்துத் தெரிந்து கொள்ளவேண்டியது அவசியமாகிறது.

நாட்டார் விவிலியம்

விவிலியச் செய்திகளுக்கு இடையிலுள்ள இடைவெளியை இட்டு நிரப்பவோ அல்லது அச்செய்திகளை விரிவுபடுத்தியோ உருவாக்கப்படும் நிகழ்ச்சிகளை 'நாட்டார் விவிலியம்' என்பர். எனவே, முன்பு குறிப்பிட்ட விலக்கப்பட்ட அல்லது தள்ளுபடி செய்யப்பட்ட விவிலியநூல் செய்திகளைப்போல் உலகின் பல பகுதிகளிலும் பல நூல்கள் உருவாகி மக்களிடையே நிலைபெற்றுள்ளன. எனவே, இவற்றைக் குறிப்பிட்ட மொழி யொன்றில் உருவான அப்போகிரைபா (*Appocrypha*) எனலாம். உலகெங்கும் சுற்றித் திரியும் ஜிப்ஸி நாடோடிக் குழுவினரின் முன்னோன் ஒருவன், யேசுநாதர் சிலுவையில் அறையப்பட்ட போது அவரது இருதயத்தில் அறைய வைத்திருந்த ஆணியைத் திருடிவிட்டானாம். இதன் காரணமாக அவர் இருதயத்தில் ஆணி அறையப்படவில்லை. இச்செயலுக்காக இம் மண்ணுல கெங்கும் சுற்றித் திரிய ஜிப்ஸிகள் அனுமதிக்கப்படுகிறார்கள். யேசுநாதர் சிலுவையில் அறையப்பட்டபோது ஈக்கள் அவரது உடலில் மொய்த்து ஆணிகள் போல் காட்சியளித்தமையால் அவரது உடலில் மேலும் ஆணிகள் அறைவது தடுக்கப்பட்டது. இதன் காரணமாகவே அவை மன்னர்களின் மேசையிலும் உணவு அருந்துகின்றன. யேசு அறையுண்ட சிலுவைக்கு மரம் வழங்கியமையால் ஆல்பன் மரம் சபிக்கப்பட்ட மரமாகியது (*Bruband 1978: 88*). இவையெல்லாம் அய்ரோப்பாவில் வழங்கும் நாட்டார் விவிலியச் செய்திகளாகும்.

தமிழ்நாட்டிலும் தமிழ்ப் பண்பாட்டிற்கு ஏற்ற முறையில் நாட்டார் விவிலியம் உருவாகியுள்ளது. இவ்விவிலியம் அதன் அமைப்பிலேயே அதிகாரபூர்வமான விவிலியத்திலிருந்து மாறு பட்டு இருந்தது. அய்ரோப்பியர் தொடர்பிற்குப் பின்னால் தமிழ் உரைநடை, வளர்ச்சி அடைந்ததன் விளைவாகவே மக்களிடையே கருத்துப் பரிமாற்றம் பரவலாக நிகழத் தொடங் கியது என்ற கருத்து நம்மில் பலருக்கு உண்டு. இது ஒரு தவறான கருத்தாகும். இக்கருத்தை ஏற்றுக்கொண்டால் ஐரோப்பியர் வருகையினால் தமிழ் உரைநடை வளர்ச்சியடையும் முன்னர் நம்மிடையே கருத்துப் பரிமாற்றம் நிகழவில்லை என்ற தவறான முடிவுக்கு நாம் வந்துவிடுவோம். நம்மிடையே பரவலாக வழக்கிலிருந்த அகவல் அமைப்பிலான நூல்களும் மக்களிடையே வழங்கிவந்த நாட்டார் பாடல்களும் கருத்துப் பரிமாற்றத்திற்கு முக்கிய கருவிகளாகப் பயன்பட்டு வந்துள்ளன.

இதன் அடிப்படையில் உரைநடை வடிவிலமைந்த விவிலியமும் தமிழில் செய்யுள் வடிவிலேயே அறிமுகம் ஆகியுள்ளது. இதற்குச் சான்றாக, நோவா பிரளயம் தொடர்பாகத் தமிழில் வழங்கும் சில நாட்டார் பாடல்களைக் குறிப்பிடலாம். தாவர மற்றும் மிருகங்கள், பறவையினங்களில் இருந்து வகைக்கு ஒன்றை நோவா தான் செய்த பேழையில் வைக்கிறான். இந்நிகழ்ச்சியைக் கழியல் பாடல் ஒன்று இவ்வாறு பட்டியலிடுகிறது.

தாவரங்கள்

அத்தி, ஆல், பூங்கு, புளி, பூவரசு, நெல்லி, அச்சை, கருங்காலி, குங்குமம், கொன்றை, துத்தி, அகத்தி, கடுக்காய், அசோகு, ஈந்து, பேரிந்து, மலை வேம்பு, மஞ்சாடி, ஒத்த இலுமிச்சி, சீனிய நார்த்தை, உடை, உசிலை, மா, பலா, வெல்பாலை, வெல்வேல், முத்தின் சந்தன ... சந்தன கோங்கு, மூங்கில், கூந்தப்பனை, தேக்கு, சாதிக்காய், மொத்தென தேக்கு.

விலங்குகள்

யானை, புலி, சிங்கம், கரடி, ஒட்டகம், புல்லா, ஆழி, காண்டாமிருகம், காட்டானை விலங்கு, சீன மட்ட மச்சி, மட்டத்துக் குரங்கு, செம்மறி ஆடு, வெள்ளாடு, குரும்பாடு, மான்மரை, கவரிமான், மரநாய், சிறுத்தை, மந்தி, குரங்கு, ஒட்டகச்சிவிங்கி.

பறவைகள்

கொக்கு, படையான், நாரை, வெண் நாரை, நரையான், குருகு, செங்கால் நாரை, பெருநாரை, சிரகை சர்கரை, வான் கோழி, சம்பங்கி கோழி, சாதக நில முக்கி, தகை விலான், உள்ளான், சீக்காரா, சிச்சிலி, செம்போத்து, கூகை, செங்கோழி, நங்கன வாய்புள்ளு, கொக்கு, கௌதாரி, பல கூலக்கி, பாய்கள், ஊர்க்குருவி.

இங்கு தமிழ்நாட்டு மரவகைகளையும், விலங்கு வகை களையும் பறவை வகைகளையும் நோவாவின் மரப் பேழையில் இடம்பெறச் செய்துள்ளமையைக் காண்கிறோம்.

நோவா பெரிய அளவிலான மரப்பேழை செய்யும் காட்சி கன்னியாகுமரி மாவட்டப் போட்டி வேதக் கதைப் பாடலில் இவ்வாறு சித்தரிக்கப்படுகிறது. *(ஐசக் அருள்தாஸ். கா.)*

ஆனைக்கு ஒரு கூடு செய்யடா – இப்போது
ஐயப்பன் ஆசாரி நீயடா,
பூனைக்கு ஓர் முறி செய்யடா – நீ

பூச்சாண்டி முறையைக் காட்டாதடா
நரிக்கும் கீரிக்கும் கூடு – நாராயணன் நீ செய்யடா
ஓரிக்கொரு கூடு செய்ய ஊச்சன் ஆசாரி போதுமே
கழுதைக்கு கூடு வேறே வேணுமே – நொண்டி
காசி நீயே செய்து வைத்தால் போதுமே
குளிர் முசல் இமை கேளை பூனை கடுவாய்

கரடி, புலி, குரங்கு போன்ற பலவகைப் பிராணிகளையும் அவைகளுக்குக் கூடு செய்யும் விதங்களையும் தெளிவாகப் பாடுகிறார்கள்.

தடபுடலாகத் தடிமுறிக்கிறான்
சக்கடா வண்டியில் பாரத்தை வைக்கிறான்
பிடிபிடியென்று விரட்டியடிக்கிறான்
ஓருநாளில் போதுமான மரத்தைச் சேர்க்கிறான்
கொடுத்த சம்பளம் போதாதென்று ஓருவன்
கும்மாளம் போடுகிறான்
வருத்தமில்லாமல் பணத்தை நோவாவும்
வாரியே வீசுகிறான்
எடுத்துச் சுமந்து கழுத்து வலிக்கிறது
அப்பப்பா எண்ணுகிறான்
இரக்கமாகவே எட்டணா கூட எடுத்து நீட்டுகிறான்
அண்டி ஆசாரியும் அறுத்துத் தள்ளுகிறான்
அண்டிக் கண்ணன் பப்பு எடுத்துச் சீவுகிறான்
நொண்டி ஆசாரியும் கணக்குப் பார்க்கிறான்
கோரச் சாமியும் நெட்ட முளக்கோலை வைத்து வரைகிறான்

இப்பகுதிகள் குமரி மாவட்டத்துச் சூழலில் நோவாவின் பேழை தயாரிப்பு நடப்பதுபோன்ற உணர்வை நமக்கு ஏற்படுத்துகின்றன.

விவிலியத்தின் பழைய ஏற்பாட்டில் ஜோசப் என்ற இளைஞனின் கதை இடம்பெற்றுள்ளது. தன் அண்ணன்களால் இஸ்ரவேல் வியாபாரிகளுக்கு அடிமையாக விற்கப்பட்ட ஜோசப்பை, போத்திப்பார் என்னும் தளபதி விலைக்கு வாங்கி தன் அரண்மனையில் பணியாளாக வைத்துக்கொண்டான். போத்திப்பார் மனைவியின் சூழ்ச்சிக்கு ஆளான ஜோசப் சிறையில் அடைக்கப்படுகிறான். அவனுடன் எகிப்து மன்னன் பார்வோனின் தலைமைச் சமையற்காரனும் ரொட்டி சுடுவோனும் சிறையிலிருந்தனர். அவர்களிருவரும் கண்ட கனவிற்கு ஜோசப் பலனுரைக்கிறான். மூன்று நாட்கள் கழித்து ஜோசப் கூறியபடியே நடந்தது.

இந்நிகழ்ச்சி நடந்த இரண்டு ஆண்டுகள் கழித்து ஏழு கொழுத்த பசுக்களை ஏழு மெலிந்த பசுக்கள் தின்பதாகவும், ஏழு மணிக்கதிர்களை ஏழு சாவிக் கதிர்கள் தின்பதாகவும்

பார்வோன் மன்னன் கனவு கண்டான். ஜோசப்புடன் சிறையிலிருந்த தனது தலைமை சமையற்காரன் மூலம் ஜோசப்பைப் பற்றிக் கேள்விப்பட்டு அவனைச் சிறையிலிருந்து வரவழைத்துத் தான் கண்ட கனவினைக் கூறினான். ஏழு ஆண்டுகள் நல்ல விளைவும் பின் ஏழு ஆண்டுகள் கடுமையான பஞ்சமும் நிகழப்போவதாக ஜோசப் விளக்கம் கூறினான். இக்கதை, கீழவைப்பாறு என்ற கடற்கரைக் கிராமத்தில் பாடலாக வழங்கி வந்துள்ளது. இப்பாடலைப் பாடியவர் முதுமையின் காரணமாகப் பல வரிகளை மறந்துவிட்ட நிலையில் அவரிடமிருந்து சேகரித்த சில பகுதிகள் வருமாறு.

அஞ்ச வேண்டாம் கெஞ்ச வேண்டாம்
அண்ணரே ரூபனே
தம்பிதனைக் கொல்லவில்லை
இஸ்ரவேல் வியாபாரிக்கு
இருபது வெள்ளிக்கு விற்றோமே சீலனை

மூன்று நாளில்
பார்வோன் உன்னை
முன்போல் வைப்பான்
முன்போல் நீ பாத்திரத்தை
முயன்றவாக்கு ஈவாய்...
... ...
மூன்று நாளில்
பார்வோன் உன்னைத்
தூக்கியே கொல்வான்
காக்கை கழுகு உன் மாமிசத்தைக்
கொத்தியே தின்னும்

காலையில் நின்றெழுந்து
துஞ்சியே இரு கனவு கண்டேன்
தான் அதன் அர்த்தத்தை
தான் உணராமலே.
ஏழுமணிக் கதிரை
சாவிக் கதிர் விழுங்கக் கண்டேன்.
ஆற்றங்கரை யோரம்
ஏழு கொழுத்த பசுக்கள் கண்டேன்
மெலிந்த ஏழு பசுக்கள் அதை
விழுங்கிட கனவு கண்டேன்.
... ...

அன்னாளில் அவ்வனத்தில்
அண்ணரால் வந்தவினை
உன்னாலும் போக்கினியே
உதவாய் பராபரமே.
புத்திப்பார் பெண்சாதியால்

பூதலத்தில் வந்தவினை
உன்னாலும் போக்கினியே
உதவாய் பராபரமே.

யேசுவின் குழந்தைப்பருவமும் பாடுகளும்

நற்செய்தி ஏடுகளில் குழந்தைப் பருவம் குறித்து விரிவான செய்திகள் எதுவும் இல்லை. தொடக்க கால இறையியல் நோக்கில் யேசுவின் பிறப்பும் குழந்தைப் பருவமும் அவ்வளவு முக்கியமானதாகக் கருதப்படவில்லை. அவரின் இறப்பும் உபதேசங்களும் பணிகளும்தான் முக்கியமானவையாகக் கருதப் பட்டன. இதன் காரணமாகவே கி.பி. 4ஆம் நூற்றாண்டுவரை யேசுவின் பிறப்பைக் குறிக்கும் கிறிஸ்துமஸ் விழா கொண்டாடப் படவில்லை (Cullmann - 1973: 363). ஆயினும் காலப்போக்கில் யேசுவின் குழந்தைப் பருவம் குறித்து செய்திகள் மக்களிடையே பரவத்தொடங்கின. இதனைக் குழந்தைப் பருவ நற்செய்தி ஏடுகள் (Infancy Gospels) என்று கல்மான் (Cullmann) குறிப் பிடுவார். தமிழ்நாட்டைப் பொறுத்த அளவில் சைவ சமயத்தின் முருகன், வைணவ சமயத்தின் இராமன், கிருஷ்ணன் ஆகிய தெய்வங்களின் குழந்தைப் பருவம் குறித்துப் பல்வேறு செய்திகள் வழக்கிலுள்ளன. இவை தவிர, பெரும்பாலான அடித்தள மக்களால் வணங்கப்படும் நாட்டார் தெய்வங்கள் ஒவ்வொன் றிற்கும் அவற்றின் பிறப்பு, வளர்ப்பு, இறப்பு, குறித்த செய்திகள் கதைப் பாடல் வடிவிலும் வாய்மொழிக் கதைகள் வடிவிலும் வழக்கில் உள்ளன. இத்தகைய சூழலில் ஐரோப்பாவிலிருந்து இங்கு பரவிய கிறித்தவம் யேசுவின் குழந்தைப் பருவம் குறித்து விரிவாகச் சொல்லவில்லை. ஆயினும், இம்மதத்தைத் தழுவி யவர்கள் தமிழ்நாட்டுச் சூழலில் யேசுவின் பிறப்பைக் கற்பனை செய்து பாடலாகப் பாடி வைத்துள்ளனர் (ஜகந்நாதன், 1975 : 321).

ராவெல்லாம் போய்நடுச் சாமத்தி லேநம்ம
ராசா சேசுநாதர் பிறக்கையிலே
நாதியில் லாமலே மாதா தவிக்கையில்
சோதியா வந்ததாம் சம்மனசு

— தன்னனானான

தாராள மாய்வெந்நீர் ஊற்றவும் மேஇன்னம்
காயங் கருப்பட்டி கொடுக்கவுமே
மாயமா வந்த சம்மனசு எல்லாம்
மாய்ந்து மாய்ந்து வேலை செய்ததாண்டி

— தன்னனானான

புள்ளையை நல்லாக் குளிப்பாட்டி — நல்ல
புல்மெத்தை மேலே படுக்கவைத்து

மாதா மனங்குளி ரத்தானுமே – நல்ல
தாலாட்டுப் பாட்டெல்லாம் பாடுச்சாண்டி

– தன்னனானான

குழந்தை பிறந்தவுடன் காயத்தையும் கருப்புக் கட்டியையும் சோற்றில் ஊறிய தண்ணீரில் நசித்து நாக்கில் முதல் உணவாகத் தடவுவர். இதனைச் 'சேனை' கொடுத்தல் என்பர். இங்கு யேசுநாதருக்கு 'சேனை'யாக "காயங் கருப்பட்டி" கொடுக்கப் படுகிறது. இதேபோல் ஆறு வயதான யேசுவை 'சின்னப் பாலகா' என்றழைத்து நாட்டார் பாடலொன்று பின்வருமாறு வினவுகிறது (மேலது 326 – 327).

அடுத்த வீட்டுப் பிள்ளைகளைச் – சின்னப் பாலகா
அடித்து விளையாடையிலே – சின்னப் பாலகா
அம்மா உன்னை அடிச்சாங்களா – சின்னப் பாலகா
அழுகழுக வச்சாங்களா – சின்னப் பாலகா
சட்டிபபானை எல்லாம் வச்சுச் – சின்னப் பாலகா
கூட்டாஞ் சோறு ஆக்கினையா – சின்னப் பாலகா
மட்டிப்பிள்ளை கூடச்சேர்ந்து – சின்னப் பாலகா
மண்ணிலே விளையாடினையா – சின்னப் பாலகா
ஏழுவய சாகலையோ – சின்னப் பாலகா
எழுத்தாணி பிடிக்கலையோ – சின்னப் பாலகா
பள்ளிக்கூடம் போகலையோ – சின்னப் பாலகா
பாடமெல்லாம் படிக்கலையோ – சின்னப் பாலகா
வாரத்துக் கொருதரம் – சின்னப் பாலகா
வழக்கமா நீ பள்ளிக்கூடம் – சின்னப் பாலகா
போறத்துக் குத்தவறிச் – சின்னப் பாலகா
பிரம்பிலடி வாங்கினையோ – சின்னப் பாலகா

இங்கு யேசுநாதர் தமிழ்நாட்டுக் கிராமத்துச் சிறுவனாகக் காட்சியளிக்கிறார். தமிழ்நாட்டில் ஓர் ஆண்மகனுடைய அடிப் படைக் கடமைகளுள் ஒன்று அவனது பெற்றோர்களுக்குச் சோறு போடுதலாகும். கிராமத்து மொழியில் சொன்னால் 'கஞ்சி ஊற்றுதல்'. யேசுவும் இதற்கு விதிவிலக்கு இல்லாமல் இருந்ததை,

தச்சரோ டேசேர்ந்து தச்சுவே லைசெய்து
தாய்தகப் பனுக்குக் கஞ்சி ஊற்றி
மிச்சமா ஞானமெல் லாம்பெற்றே அவர்
மேன்மையாக் காலம் கழித்தாரடி

என்று குறிப்பிடுகிறது (மேலது 320). இவ்வாறு உலகியல் வாழ்க்கை பற்றி மட்டுமின்றி யேசுவின் பல்வேறு அற்புதச் செயல்களையும் பாடலாக எடுத்துரைக்கின்றனர் (மேலது 330—331).

அஞ்சு ரொட்டி யைப்பிச்சுச் – சின்னப் பாலகா
ரெண்டு மீனைச் சேர்த்துப் பிச்சுச் – சின்னப் பாலகா

அஞ்சாயிரம் பேருக்குத்தான் – சின்னப் பாலகா
அருமையா நீ கொடுக்கலையோ – சின்னப் பாலகா
நாலுநாளாய்க் கல்லறைக்குள்ளே – சின்னப் பாலகா
நாற்றப் பிணம் இருக்கையிலே – சின்னப் பாலகா
நாற்றத்தைச் சகித்து நீ – சின்னப் பாலகா
நாடி அங்கே போகலையா – சின்னப் பாலகா
கல்லறையைப் பார்த்து நீ – சின்னப் பாலகா
கண்ணீர் விட்டழுகலையோ – சின்னப் பாலகா
கல்லையும் புரட்டச் சொல்லிச் – சின்னப் பாலகா
கத்தலையா சத்தம் போட்டுச் – சின்னப் பாலகா
வா அப்பா லாசருவேயென்று – சின்னப் பாலகா
வற்புறுத்திச் சொல்லலையா – சின்னப் பாலகா
கல்புரட்டச் சொன்னாற் போலே – சின்னப் பாலகா
கட்டவிழ்க்கச் சொல்லலையா – சின்னப் பாலகா

யேசுவின் பிறப்பையும் யூதர்கள் அவரைக் கொடுமைப் படுத்தி சிலுவையில் அறைந்ததையும் தாலாட்டுப் பாடல் ஒன்று இவ்வாறு வெளிப்படுத்துகிறது:

என் கண்ணே உறங்கு – என்னோட
கண்மணியே கண்ணுறங்கு
மாதா மணிமேடை
மாதா மகனிருக்கும் பொன்மேடை
பொன்னு மேடை வேண்டாமென்று – மாதா மகன்
புல்லருகே பிறந்தாரே
பிறந்தார் புகழரசர் அவர்
இறந்தார் யூதர் கையில்
புகழரசர் பவளமாலை
பண்டுள்ளார் ஆண்டமாலை
ஆண்டார் அழகரசர்
அவர் இப்பம் மாண்டார் – யூதர் கையில்
சிலுவக் கொடிபறக்க
சீசர்கள் முன்நடக்க
பாரச் சிலுவைகொண்டு மாமரியாள் மகன்
தள்ளாடி வாராரே
கட்டிவைத் தடித்தார்கள் மாமரியாள் மகனை
கல் நெஞ்ச யூதர்கள்
கசையால் அடித்தார்கள்
மாமரி மகனைச் சண்டாள யூதர்கள்
காலாணி கையாணி நம்ம
சேசு பாடுபட்ட மூன்றாணி

யேசுவை சிலுவையில் அறைந்த பின் யூதர்கள் குலுக்கல் முறையில் அவருடைய ஆடைகளைப் பங்கிட்டுக்கொண்டதும் (மத்தேயு 27 : 35) கானா நகரில் திருமணவீடு ஒன்றிற்குச் சென்ற

யேசு, ஆறு கற்சாடிகளில் உள்ள தண்ணீரைத் திராட்சை ரசமாக மாற்றியதும் (அருளப்பர் 2: 1—10) தாலாட்டு ஒன்றில் பின்வருமாறு இடம்பெற்றுள்ளது.

. . . சேசுவிற்கு
தையல் இல்லா நெய்த சட்டை
தையல் இல்லா சட்டையென்று என்கண்ணே – யூதர்
தனித்திருந்து பங்கு போட்டார்.
அந்தமண பந்தலிலே
கந்தரசம் ஆக்கி தந்த
அரிய புதுமைகள் செய்த – என் கண்ணே
அண்ணலைப் பணிய வந்தவனோ.

யேசுவின் சிலுவைப்பாடுகள் நாட்டார் பாடல்கள் சிலவற்றில் பின்வருமாறு இடம்பெற்றுள்ளன. மீனவர்களின் அம்பா பாடல் ஒன்றில்

கட்டும் பட்டார் வெட்டும் பட்டார் – சேசு
கள்ளன என்று பேரும் பெற்றார்.

என்ற வரிகள் இடம்பெற்றுள்ளன. தாலாட்டுப் பாடல் ஒன்று சிலுவை சுமந்து செல்லும் சேசுவை இவ்வாறு குறிப்பிடுகிறது.

ஆராரோ ஆரிரரோ
ஆரிரரோ ஆராரோ
சிலுவை செதுக்கி
சிலுவை மரம் ஒப்பமிட்டு
நன்றாய்ச் செதுக்கி
நாதனுட தோள்சுமத்தி
கொண்டல்லோ போகிறார்கள்
ஆராரோ ஆரிரரோ
ஆரீரரோ ஆராரோ
கொண்டல்லோ போகிறார்கள்
குருசு[3] தனில் அறைவதற்கு
ஆராரோ ஆரீரரோ

கல்வியறிவில்லாத மக்களிடம் இத்தகைய பாடல்களின் வாயிலாகத்தான் விவிலியம் சென்றடைந்தது. தமிழ்நாட்டுப் பண்பாட்டுச் சூழலுக்குப் பொருந்தும் முறையில் விவிலியம் பாடல்களாக உருப்பெற்றிருப்பதை இதுவரை பார்த்த செய்திகள் உணர்த்துகின்றன. காமநாயக்கன்பட்டி என்ற சிற்றூரில் நீண்ட காலமாக நடைபெற்று வந்த 'கல்லறை வாசாப்பு' நாடகத்தில் விவிலியத்தில் இல்லாத நிகழ்ச்சி ஒன்றை உருவாக்கியுள்ளார்கள். யேசுவை சிலுவையில் அறையக் காரணமாயிருந்தவர்களுள் கைபாஸ் என்ற யூத மதகுருவும் ஒருவர். யேசு சிலுவையில் அறையுண்டு உயிர்த்தெழுந்த பின்னர் இவர் என்ன ஆனார்

என்பதற்கு விவிலியத்தின் புதிய ஏற்பாட்டில் எவ்விதச் சான்று மில்லை. ஆனால், கைபாஸை நரகத்திற்கு அழைத்துச் செல்வதாக உருவாக்கியுள்ளனர். தவறு செய்தவன் தண்டனையிலிருந்து தப்பிவிடக் கூடாது என்ற நாட்டார் நியதி இந்நாடகத்தில் இடம்பெற்றுள்ளது.

அடித்தள மக்களுடைய ஆண்டவன், அவர்களால் தொட்டு உணரக்கூடியவனாக அவர்கள் வாழும் பண்பாட்டுடன் நெருக்கமானவனாக இருப்பான். இதன் அடிப்படையில் நாட்டார் விவிலியத்தில் யேசுவைக் குறித்த சித்திரிப்புகள் அமைந்துள்ளன.

அலுப்பூட்டும் சொற்பொழிவுகள், வாசிப்புகளுக்கு மாறாக, ராகத்தோடு கூடிய பாடல்களில் வாயிலாக அடித்தள மக்கள் விவிலியத்தைப் புரிந்துகொண்டுள்ளனர். தமிழ்நாடு முழுவதும் முறையாகக் களஆய்வு செய்து இத்தகைய பாடல்களையும் செய்திகளையும் சேகரித்தால் தமிழ் மொழியிலும் தள்ளுபடி ஆகமங்கள் உருப்பெற்றுள்ளமையைக் கண்டறியலாம்.

அடிக்குறிப்பு

1. இக் கழியல் பாடல்களைக் கொடுத்துதவியவர் முனைவர். கட்டளை கைலாசம்.
2. மூன்றாணி: யேசுநாதரின் இரு கால்களைச் சேர்த்து வைத்து சிலுவையில் அறைந்த ஆணி ஒன்றும், அவரது இரு கரங்களையும் அறைந்த ஆணிகள் இரண்டும் ஆகமொத்தம் மூன்றாணிகள்.
3. குருசு: சிலுவையைக் குறிக்கும் *Cruz* என்ற போர்ச்சுக்கீசியச் சொல்லின் திரிபு வடிவம்.

துணை நூல்கள்

சரோஜினி பாக்கியமுத்து (1990) : விவிலியமும் தமிழும், கிருத்துவ இலக்கியச் சங்கம். சென்னை.

சிவசுப்பிரமணியன். ஆ. (1977) : மீனவர் (நெல்லை மாவட்டம்) நாட்டுப்புற இயல், தமிழ் நாட்டுப்புற இயல் ஆய்வு. பதிப் பாசிரியர் ச.வே. சுப்பிர மணியன். உலகத்தமிழ்

		ஆராய்ச்சி நிறுவனம், சென்னை.
ஐசக் அருள்தாஸ். கா.	:	போட்டி வேதக் கதைப் பாடல்கள் – ஓர் ஆய்வு (தட்டச்சுப்படி)
ஜகந்நாதன். கி.வா. *(1975)*	:	மலையருவி/தஞ்சை சரஸ்வதி மகால்
Bruvand *(1978)*	:	*The American Folklore*
Cullman *(1973)*	:	Infancy Gospels, *New Testment Approcrypha, Vol. I,* Ed.W. Schneemlcher.
Mathew P. John (1969)	:	*Christianity,* Punjabi University, Patiala.

2

விவிலியமும் தமிழ்ச் சமூகமும்

கிறித்தவர்களின் புனித நூலாக விளங்கும் பைபிள் ஒரு தனி நூலல்ல. பல சிறு நூல்களின் தொகுப்பாகும். இதன் அடிப்படையிலேயே புத்தகங்கள் என்ற பொருளைத் தரும் Bibilia என்ற கிரேக்கச் சொல்லின் திரிபாகவே பைபிள் என்ற சொல் உருவாகியுள்ளது. "பிபிலியா" என்ற கிரேக்கச் சொல்லைத் தமிழில் விவிலிய என்று முதலில் குறிப்பிட்டவர் அண்ட்ரிக் அடிகளார் (1520 – 1600) என்ற போர்ச்சுக்கீசிய சேசுசபைத் துறவியாவார். விவிலிய என்ற சொல்லே பின்னர் விவிலியம் என்று அழைக்கப்படலாயிற்று.

கி.பி.16ஆம் நூற்றாண்டில் (1534) இன்றைய நெல்லை, தூத்துக்குடி, குமரி மாவட்டங்களின் கடற்கரைப் பகுதி களில் கத்தோலிக்கம் பரவியது. கடல் சார்ந்த தொழில் புரிந்துவந்த பரதவர், முக்குவர் என்ற இரு சாதியினரும் பெருந்திரளாகக் கத்தோலிக்கராயினர். ஆயினும் உடனடி யாக விவிலியத்தின் தமிழ் வடிவம் இவர்களுக்குக் கிட்ட வில்லை. கி.பி 1586இல் 669 பக்கங்கள்கொண்ட அடியார் வரலாறு என்ற தமிழ் நூலை, புன்னைக் காயல் என்ற கடற்கரைச் சிற்றூரில் தாம் அமைத்த அச்சகத்தில் அண்ட்ரிக் அடிகளார் அச்சிட்டு வெளியிட்டார். 'Flows Sanctorum' என்ற ஸ்பானிய மொழி நூலின் தமிழாக்கமே இந்நூலாகும். இதை நேரடியான மொழிபெயர்ப்பு என்று கூறமுடியாத அளவில் பரதவர்களுக்கு அறிவுரை சொல்லும் முறையில் பல செய்திகளை ஆங்காங்கே அவர் குறிப்பிட்டுள்ளார். இந்நூலில் பேதுரு (பீட்டர்), பவுல் ஆகியோரின் வரலாறு இடம்பெற்றுள்ளது. இப்பகுதி விவிலியத்திலுள்ள அப்போஸ்தலர் நடபடிகள் என்ற நூலைத் தழுவி அமைந்துள்ளது. யேசுவின் சிலுவைப்

பாடுகளையும் சில அத்தியாயங்களாக எழுதியுள்ளார். இவை விவிலியத்தையொட்டியே எழுதப்பட்டுள்ளன. இடை யிடையே மட்டும் சில விளக்கங்களை இவர் தந்துள்ளார். இவ்விளக்கங்களை நீக்கிவிட்டுப் பார்த்தால் விவிலியத்தின் முதல் தமிழ் மொழிபெயர்ப்பைத் தொடங்கிவைத்தவர் என்று அண்ட்ரிக் அடிகளாரைக் குறிப்பிடலாம்.

கி.பி. 1601இல் மதுரையைத் தலைமையிடமாகக் கொண்டு மதுரை மறைத்தளம் உருவாகி உள்நாட்டுப் பகுதிகளுக்கும் கத்தோலிக்கம் பரவியது. ஆயினும் விவிலிய மொழிபெயர்ப்பில் கத்தோலிக்கத் திருச்சபை ஆர்வம் காட்டவில்லை. ஏனெனில், கல்வி பயிலவும் சைவ, வைணவக் கோயில்களில் வழிபடவும் அனுமதி மறுக்கப்பட்டு, நாட்டார் தெய்வங்களை வழிபட்டு வந்த அடித்தள மக்கள் பிரிவினரே பெரும்பாலும் கத்தோலிக்கர் களாய் இருந்தனர். இவர்களை ஈர்க்கும் வகையில் புனிதர் வழிபாடும் தேர் சப்பர உலாக்களும், பாஸ்கு நாடகங்களும் அறிமுகப்படுத்தப்பட்டன. அத்துடன் அசனம் கொடுத்தல், மொட்டையடித்தல், பொங்கலிடல் போன்ற சடங்குகளை மேற்கொள்ளத் தடை எதுவும் இல்லை. சுருங்கக்கூறின் சடங்கு களை மிகுதியாகக்கொண்ட சமயமாகக் கத்தோலிக்கம் இருந்ததன் காரணமாக, அடித்தள மக்களை ஈர்க்கும் சமயமாக அது விளங்கியது. சில அடிப்படைச் சமய விதிகளும் மந்திரங் களும் மட்டுமே தமிழில் மொழிபெயர்க்கப்பட்டன. பத்து கட்டளைகள், திருச்சபையின் கட்டளைகள், அன்றாட சமய வாழ்வில் பயன்படுத்தப்படும் சிலுவை மந்திரம், கிருபைதயாபத்து மந்திரம் போன்றவை மட்டுமே தமிழில் மொழிபெயர்க்கப் பட்டன. இம்மந்திரங்களைக் குருவானவரோ உபதேசியாரோ உரக்கச் சொல்ல, அதை மக்கள் பின்பற்றித் திரும்பச் சொல்லும் முறையில், மனனம் செய்ததன் வாயிலாகவே இவற்றைக் கற்றுகொண்டனர். மேலும், சீர்திருத்தக் கிறித்தவர்களைப்போன்று விவிலிய வாசிப்புக்கு கத்தோலிக்கம் முக்கியத்துவம் கொடுக்க வில்லை. எனவேதான் கத்தோலிக்கம் பரவி, சில நூற்றாண்டுகள் ஆன பின்னரும் விவிலிய மொழிபெயர்ப்பில் தமிழகக் கத்தோ லிக்கத் திருச்சபை ஆர்வம் காட்டவில்லை.

> “எழுதப்பட்ட வேதாகமங்களை அவனவன் தன் மனதின் படியே மறு பாஷையாகத் திருப்பவும், திருப்பினதை அவனவன் வாசிக்கவும், அதற்கு அர்த்தஞ் சொல்லவும் நல்லதென்று பதிதர் அபத்தமாய்ச் சொல்லுகிறார்கள். உரோமன் திருச்சபையோவெனில், வேதாகமங்கள் நாம் விசுவாசிக்க வேண்டிய தன்மைக்கும், நடக்க வேண்டிய முறைக்கும் அதுவே மாத்திரையாகக் கொள்ள, மாத்திரை கெட்டால் அதில் ஊன்றின விசுவாசமும், தரும்

நடக்கையுங் கெடுமென்றதினால், அந்த வேத மாத்திரை கெடாமற்போய்க் கலப்பில்லாத படிக்குத் தன் உத்தார மில்லாமல் ஒருவரும் மறு பாஷையில் அதைத் திருப்பவும், வாசிக்கவும், அர்த்தம் சொல்லவும் விலக்கினதாமே. அதற்கு நியாயம் ஏதெனில், வேதாகமங்கள் தேவ வாக்கியமாகக் கொள்ள, எவருக்கும் உயிர் தரும் அமிர்தமாமே. ஆகிலும் பசுவின் பால் அமிர்த மெனினுஞ் ஜீரண சக்தியற்றவர்களுக்கு அது விஷமல்லோ?

என்று வீரமாமுனிவர் தமது "வேதவிளக்கம்" நூலில் எழுதி யுள்ளார்.

என்றாலும் கத்தோலிக்கர்கள் விவிலிய மொழிபெயர்ப்பை, முற்றிலும் புறக்கணித்துவிட்டார்கள் என்று கூறமுடியாது. "சல்லாபம்" என்ற பெயரில் வினா – விடை வடிவில் தமிழ் விவிலியத்தை ஓலைச்சுவடிகளில் எழுதிவைத்துள்ளனர்.

பிரெஞ்சு தேசிய நூலகத்தில் பாதுகாக்கப்பட்டுவரும் "சல்லாபம்" சுவடிகள் சிலவற்றில் அவற்றின் காலம் கி.பி. *1666, 1667, 1677* என்று குறிப்பிடப்பட்டுள்ளது (முத்துராஜ் *1986:IX*).

சீகன்பால்க்கின் மொழிபெயர்ப்பைப் போல் வார்த்தைக்கு வார்த்தை மொழிபெயர்ப்பாக இல்லாவிட்டாலும் மக்கள் புரிந்து படித்துக்கொள்ளும் வகையில் அவை இருப்பதாகக் கூறும் அவர், அதற்குச் சான்றாக, பின்வரும் பகுதியை மேற்கோளாகக் காட்டுகிறார்.

தரித்திர மனதுள்ளவர்கள் பாக்கியவான்கள்
அதேநென்றால் வானராச்சியத்துக்குடையவர்கள்

இரண்டாவது மெத்தமாயிருக்கிறவர்கள் பாக்கியவான்கள்
அதேநென்றால் பூமிக்காண்டவர்களாயிருப்பார்கள்

மூன்றாவது அழுதுகொண்டிருக்கிறார்கள் பாக்கியவான்கள்
அதேநென்றால் ஆறுதலடைவார்கள்

நாலாவது நீதியுடைய பசியும் தாகமாயிருக்கிறவர்கள் பாக்கியவான்கள்
அதேநென்றால் திருத்தியடைவார்கள்

அஞ்சாவது கிருபையாயிருக்கிறவர்கள் பாக்கியவான்கள்
அதேநென்றால் கிருபை அடைவார்கள்

ஆறாவது மனசில் சுத்தமாயிருக்கிறவர்கள் பாக்கியவான்கள்
அதேநென்றால் சருவேசுரனைக் காண்பார்கள்

ஏழாவது சமாதானத்தைத் தேடுகிறவர்கள் பாக்கியவான்கள் அதேநென்றால் சருவேசரனுடைய பிள்ளைகளென அழைக்கப்படுவார்கள்.

எட்டாவது நீதிக்காக துன்பப்படுகிறவர்கள் பாக்கியவான்கள் அதேநென்றால் வானராச்சியத்துக்குடையவர்கள்

இப்பகுதியை கத்தோலிக்கத் திருச்சபை வெளியிட்ட விவிலியத்தில் இடம்பெற்றுள்ள பின்வரும் பகுதியுடன் ஒப்பிட்டுப் பார்த்தால் விவிலிய மொழிபெயர்ப்பின் வளர்ச்சியை மட்டுமின்றி தமிழ் உரைநடையின் வளர்ச்சியையும் புரிந்து கொள்ளலாம்.

எளிய மனத்தோர் பேறுபெற்றோர்,
ஏனெனில், விண்ணரசு அவர்களதே.

துயருறுவோர் பேறுபெற்றோர்,
ஏனெனில், அவர்கள் ஆறுதல் பெறுவர்.

சாந்தமுள்ளோர், பேறுபெற்றோர்,
ஏனெனில், மண்ணுலகு அவர்களது உரிமையாகும்.

நீதியின்பால் பசிதாகமுள்ளோர் பேறுபெற்றோர்,
ஏனெனில், அவர்கள் நிறைவு பெறுவர்.

இரக்கமுடையோர், பேறுபெற்றோர்,
ஏனெனில், அவர்கள் இரக்கம் பெறுவர்.

தூய உள்ளத்தோர் பேறுபெற்றோர்,
ஏனெனில், அவர்கள் கடவுளைக் காண்பர்.

சமாதானம் செய்வோர் பேறுபெற்றோர்,
ஏனெனில், அவர்கள் கடவுளின் மக்கள் எனப்படுவர்.

நீதியினிமித்தம் துன்புறுத்தப்படுவோர் பேறுபெற்றோர்,
ஏனெனில், விண்ணரசு அவர்களதே.

ஆனால், சீர்திருத்தக் கிறித்தவம் அது தோன்றிய காலத்திலிருந்தே விவிலிய வாசிப்புக்கு முக்கியத்துவம் கொடுத்தது. சீர்திருத்தக் கிறித்தவத்தைத் தோற்றுவித்த மார்ட்டின் லூதர், ரோமாபுரிக்கு எதிராக நிகழ்த்திய கலகச் செயல்களில் முக்கியமான ஒன்று ஜெர்மானிய மொழியில் விவிலியத்தை மொழிபெயர்த்ததாகும். விவிலிய வாசிப்பை இவர்கள் வலியுறுத்தியமையால் விவிலியத்தைத் தமிழில் மொழிபெயர்க்க வேண்டிய கட்டாயம் இவர்களுக்கிருந்தது. இதனடிப்படையில் கி.பி.1715இல் தரங்கம்பாடியில் விவிலியத்தின் புதிய ஏற்பாட்டின் ஒரு பகுதி முதன்முதலாக அச்சேறியது. யேசுவின் நேரடிச் சீடர்களான மாற்கு, மத்தேயு, லூக்கா, யோவான் ஆகிய நால்வரும்

எழுதிய நற்செய்தி ஏடுகள் நான்கும் அப்போஸ்தலர் நடபடிகள் என்னும் நூலும் இந்நூலில் இடம் பெற்றிருந்தன. இவற்றைத் தமிழில் மொழிபெயர்த்து அச்சிட்டவர் சீகன்பால்க் என்ற ஜெர்மானியர் ஆவார். ஐந்து நூல்களின் தொகுப்பாக இருந்தமையால் அஞ்சு வேதப் பொத்தகம் என்று சீகன்பால்க் இம்மொழிபெயர்ப்புக்குப் பெயரிட்டிருந்தார். (சரோஜினி பாக்கியமுத்து, 1990:44). தஞ்சை மாவட்டத்தின் பேச்சு வழக்கிலேயே இந்நூல் அமைந்திருந்தது. 'எழுவான்' திசை என கிழக்கும் 'படுவான்' திசை என மேற்கும் இந்நூலில் குறிப்பிடப் பட்டிருந்தன. மலையாள மொழியில் "எழு ஞாயிறு", "படி ஞாயிறு" என்ற சொல்லாட்சி உள்ளதை இதனுடன் ஒப்பிட்டுப் பார்க்கலாம். பழைய ஏற்பாட்டின் மொழிபெயர்ப்பு முற்றுப் பெறாத நிலையில் சீகன்பால்க் காலமானார். இந்திய மொழி களிலேயே விவிலிய மொழியாக்கம் தமிழில்தான் முதலில் நிகழ்ந்தது.

பாப்ரிஷியஸ் என்ற ஜெர்மானிய குரு, சீகன்பால்க் மொழி பெயர்க்காத பழைய ஏற்பாட்டுப் பகுதிகளை மொழிபெயர்த்த துடன் ஏற்கனவே அச்சான புதிய ஏற்பாட்டின் மொழி நடையைத் திருத்தும் பணியையும் மேற்கொண்டார். தமது மொழிபெயர்ப்பு வாசிப்புத் தன்மையுடையதாக இருக்க வேண்டும் என்று விரும்பி, தமது கையெழுத்துப் படியை அச்சுக்கு அனுப்பும் முன், பல்வேறு தரப்பு மக்களிடமும் படித்துக் காட்டுவதை வழக்கமாகக் கொண்டிருந்தார். அவர்கள் கூறும் பொருத்தமான திருத்தங்களை ஏற்றுக்கொள்ளவும் அவர் தயங்கியதில்லை. 808 பக்கங்களைக்கொண்ட இவரது பழைய ஏற்பாடு நான்கு பாகங்களாக 1796இல் வெளியானது.

இதன் பின்னர் இரேனியஸ் ஐயர் பாப்ரிஷியசின் மொழி பெயர்ப்பைத் திருத்தியும் தாமே புதிதாக மொழிபெயர்த்தும் 1819இல் பழைய ஏற்பாட்டின் ஆதியாகமத்தையும், நற்செய்தி ஏடுகள் நான்கை 1827 இலும் வெளியிட்டார். பீட்டர் பெர்சிவல் என்பவர் ஆறுமுக நாவலரின் துணையுடன் விவிலிய மொழி பெயர்ப்பில் ஈடுபட்டு மொழிபெயர்ப்புப் பணியை முடித்தார். ஆனால், இதைப் பார்வையிட்ட சென்னை வேதாமகச் சங்கம் இதைப் பிரசுரிக்க மறுத்துவிட்டமையால் இது அச்சேறவில்லை.

1858இல் பாப்ரிஷியசின் மொழிபெயர்ப்பைத் திருத்தும் பணியில் பவர் என்ற மிஷனரி ஈடுபட்டார். இவரது திருத்தப் பதிப்பாக 1867இல் பழைய ஏற்பாடு வெளியானது. 1871இல் இவை இரண்டும் இணைந்த பதிப்பு வெளியானது. கிறித்தவத் தமிழ் என்று கூறப்படும் தமிழ்நடையில் இந்நூல் அமைந்திருந் தமையால் இதை மாற்றியமைக்கும் முயற்சியில் ஈடுபட்டார்.

இவ்வாறு சீர்திருத்தக் கிறித்தவர்கள் விவிலிய மொழிபெயர்ப்பைத் தொடர்ச்சியாக மேற்கொண்டுவந்தனர்.

1857 இல்தான் கத்தோலிக்கர்கள் நற்செய்தி ஏடுகள் நான்கையும் அப்போஸ்தலர் நடபடிகள் நூலையும் மொழிபெயர்த்து புதுச்சேரியில் வெளியிட்டனர். 1891இல் டிரிங்கால் என்ற சேசு சபைத் துறவி புதிய ஏற்பாட்டை மொழிபெயர்த்து வெளியிட்டார்.

தமிழ் விவிலியப் பதிப்பு முயற்சி பல சுவையான சமூக வரலாற்றுச் செய்திகளைக்கொண்டுள்ளது. தமிழ்நாடு வந்த தத்துவ போதகர் டி – நோபிலி நான்கு வேதங்களுக்கு அப்பால் ஐந்தாவது வேதம் உள்ளதாகவும் அதன் பெயர் "ஏசுரவேதம்" என்றும் குறிப்பிட்டார். இந்திய மரபில் வேதம் என்பது பிராமணர்களுக்கு மட்டுமே உரியது. அதைச் சூத்திரர்கள் பயில்வது தண்டனைக்குரியதாக இருந்தது. இது "என் வார்த்தையை உலகெங்கும் கொண்டுசெல்லுங்கள்" என்ற யேசுவின் மொழிக்கு முரணானது. என்றாலும் வேதம் என்ற சொல் கிறித்தவர்களுடன் தொடர்புடையதாக நிலைத்துவிட்டது. தங்களுக்கு எட்டாத ஒரு பெருமை கிறித்தவர்களுக்குக் கிட்டியமையால் அவர்களை "வேதக்காரர்கள்" என்று அழைத்தனர். அவர்கள் வாழும் தெரு "வேதக்காரத் தெரு" என்றும் அவர்களது தேவாலயம் "வேதக்கோயில்" என்றும் அழைக்கப்பட்டது. கிறித்தவ மதத்தைத் தழுவுவதைக்கூட "வேதத்தில் சேர்ந்துட்டாங்க" என்றே குறிப்பிட்டனர். வேதம் என்று அழைக்கப்பட்ட விவிலியம் கிறித்தவர்களுக்குத் தனி அடையாளத்தை வழங்கியது.

விவிலியம் உலகெங்குமுள்ள கிறித்தவர்களுக்கான நூல் என்றாலும் அது யூதப் பண்பாட்டில் உருவானது. எனவே, விவிலிய மொழிபெயர்ப்பாளர்கள் இதை மனதில்கொண்டே மொழிபெயர்க்க வேண்டியிருந்தது.

தட்டுங்கள் உங்களுக்குத் திறக்கப்படும்   (லூக்கா 11:9)

தட்டுகிறவனுக்குத் திறக்கப்படும்   (லூக்கா 11:9)

இதோ வாசற்படியிலே நின்று தட்டுகிறேன்
(திருவெளிப்பாடு 20)

என்ற விவிலிய வரிகளை ஆப்பிரிக்க மொழியொன்றில் மொழிபெயர்க்கும்போது "கூப்பிடுங்கள் உங்களுக்குத் திறக்கப்படும்", "கூப்பிடுகிறவனுக்குத் திறக்கப்படும்", "இதோ வாசற்படியிலே நின்று கூப்பிடுகிறேன்" என்று மொழிபெயர்த்துள்ளனர். ஏனெனில், அம்மொழி பேசும் மக்களின் பண்பாட்டில் வீட்டுக்காரர்கள் உறங்குகிறார்களா என்பதைச் சோதிக்க, திருடன்தான்

ஆ. சிவசுப்பிரமணியன்

கதவைத் தட்டுவான். மாறாக, கண்ணியமானவர்கள் வீட்டு வாசலில் நின்று கூப்பிடுவார்கள்.

இதுபோன்றே தமிழ் விவிலிய மொழிபெயர்ப்பிலும் தமிழ்ச் சூழலுக்கு ஏற்ப சில சொற்களைப் பயன்படுத்தியுள்ளனர். சான்றாக 'ரொட்டி' என்ற சொல்லுக்கு ஈடாக 'அப்பம்' என்ற சொல்லைப் பயன்படுத்தியுள்ளதைக் குறிப்பிடலாம். 'உணவு' என்ற பொருளிலேயே 'ரொட்டி' என்ற சொல் விவிலியத்தில் இடம்பெறுகிறது. ரொட்டி என்ற உணவுப் பொருள் தமிழ்நாட்டில் அறிமுகமாகாத நிலையில் அதற்கிணை யான சொல்லாக அப்பம் என்ற சொல்லைப் பயன்படுத்தி யுள்ளனர். சங்க இலக்கியத்திலும் சோழர் காலக் கல்வெட்டு களிலும் அப்பம் என்ற சொல்லாட்சி இடம்பெற்றுள்ளது.

கர்த்தர் என்ற அடைமொழியிட்டு "கர்த்தராகிய யேசு கிறித்து" என்று யேசு குறிப்பிடப்படுகிறார். கர்த்தர் என்ற சொல், தலைவன் என்ற பொருளில் தமிழ்ச் செப்பேடுகளில் பயன்படுத்தப்பட்டுள்ளது. இச்சொல்லாட்சி நாயக்கர் காலத்தில் பரவலாக வழக்கில் இருந்துள்ளது. கி.பி.1667 ஆம் ஆண்டு திருமலை நாயக்கர் காலத்திய செப்பேடு ஒன்று "மதுறபுரித் தலத்துக்கு கற்த்தறாகிய மகறாச" என்று திருமலை நாயக்கரைக் குறிப்பிடுகிறது. மன்னரைக் குறிக்கும் உயரிய அடைமொழி என்பதால் கர்த்தர் என்ற சொல்லால் யேசுவை யும் அழைத்துள்ளனர்.

புனிதத்தோடு தொடர்புடையதாக யூதப்பண்பாட்டில் பேரீட்சைமரம் கருதப்பட்டதால் "நீதிமான் பேரீட்சையைப் போல செழித்து ... வளருவான்" என்று விவிலியம் (சங்கீதம் 92–12) குறிப்பிடுகிறது. இவ்வாக்கியத்தை "நீதிமான் பனையைப் போல செழித்து வளருவான்" என்று மொழிபெயர்த்துள்ளனர். ஏனெனில், பேரீட்சைமரம் அன்றைய தமிழகத்தில் பரவலாக அறிமுகமாகவில்லை. ஆகையால் அனைவரும் அறிந்த பனை மரத்தைக் குறிப்பிட்டுள்ளனர்.

நாயக்கர் ஆட்சிக் காலத்தில் மதுரையில் வாழ்ந்த டி–நோபிலி எழுதிய சில தமிழ் நூல்களில் அவர் பயன்படுத்திய சில சொற்களை சீர்திருத்தக் கிறித்தவர்களும் உள்வாங்கிக் கொண்டனர். யேசுவைச் சிலுவையில் அறையும்படி உத்தர விட்ட பிலாத்து, ரோம் நாட்டுச் சீசரின் (மன்னரின்) கவர்னர் தான். மதுரை, செஞ்சி, தஞ்சை ஆகிய பகுதிகளில் நாயக்கர்கள் ஆண்டாலும் அவர்களுக்கு மேலே உள்ள பேரரசர்களாக 'இராயர்' என்ற பட்டம்பெற்ற விஜயநகர மன்னர்கள் இருந் தார்கள். சீசருக்கு வரிகொடுக்கலாமா என்ற கேள்விக்கு,

"சீசருக்குரியதைச் சீசருக்கும் தேவனுக்குரியதைத் தேவனுக்கும் கொடுங்கள்" என்று யேசு விடை பகர்ந்துள்ளார். இதை அப்படியே மொழிபெயர்த்தால் அக்காலத் தமிழர்களுக்கு, சீசர் என்றால் யார் என்பது புரியாது. எனவே, "இராயனுக் குரியதை இராயனுக்கும் தேவனுக்குரியதைத் தேவனுக்கும் கொடுங்கள்" என்று மொழிபெயர்த்துள்ளனர்.

விவிலியத்தைப் பெண்களிடம் அறிமுகம் செய்யும் முயற்சி யில் இறங்கிய சீர்திருத்தக் கிறித்தவச் சபை வேதாகம மாது (பைபிள் உமன்) என்ற பெயரில் சில பெண்களைப் பணிக்கு நியமித்தது. வீடுவீடாகச் சென்று, சிறுமிகள் மற்றும் இளம் பெண்களுக்கு எழுதப் படிக்கக் கற்றுக்கொடுப்பது இவர்களது முதற்பணியாகும். அவர்கள் கல்வியைக் கற்ற பின்னர் அவர் களுக்கு விவிலியத்தை அறிமுகம் செய்வது இவர்களது இரண்டா வது பணியாகும். கவலை நூலின் ஆசிரியர் அழகியநாயகி அம்மாள் (2002: 126),

"கிறித்தவச் சபையைச் சேர்ந்த ஒரு அம்மையாருக்கு சபையிலிருந்து சம்பளம் கொடுத்து, ஊர்ஊராக எழுத வாசிக்கத் தெரியாத பெண்பிள்ளைகளுக்கு வீடுதோறும் போய்ப் படித்துக் கொடுக்கும்படி சொல்லி அனுப்பினார் கள். அவர்களின் பெயர் நகோமி என்பார்கள். அந்த அம்மையார் வீடு வீடாய்ப் போய்ச் சொல்லிக்கொண் டிருப்பார்கள்."

வேதாகமமாது

என்று எழுதியுள்ளார். இதற்கு நேர் மாறான ஒரு செய்தியை 1903ஆம் ஆண்டில் மாதவையா எழுதியுள்ள முத்துமீனாட்சி என்ற நாவலில் படிக்க லாம். இந்நாவலின் மையப் பாத்திர மான முத்து மீனாட்சி, தன் தமைய னின் உதவியுடன் எழுதப் படிக்கக் கற்றுக்கொள்ளுகிறாள். ஆர்வத்தின் காரணமாகத் தன் தந்தைக்கு கடிதம் எழுதுகிறாள். தந்தையிடமிருந்து பாராட்டு வரவில்லை. மாறாக அவளது தமையனுக்கு,

"முத்துவை யார் வாசிக்கச் சொன்னது? பெண்கள் வாசித் தால் கெட்டுப் போவார்கள். அவள் வாசிப்பதை உடனே நிறுத்தவும்" என்று கடிதம் எழுதுகிறார். இத்தகைய சமூகச்

சூழலில் பெண்கள் கல்வி கற்க, விவிலியத்தைப் பரப்பும் முயற்சி மறைமுகமாகத் துணைநின்றுள்ளது. தமிழ் உரைநடை வளர்ச்சியின் வரலாற்றில் உரையாசிரியர்களுக்குக் குறிப்பிடத் தகுந்த இடம் இருப்பதுபோல் விவிலிய மொழிபெயர்ப்புகளுக்கும் குறிப்பிடத்தகுந்த இடம் உண்டு.

துணை நூல்கள்

1. அழகியநாயகி அம்மாள். 2002. கவலை.
2. சரோஜினி பாக்கியமுத்து. 1990 விவிலியமும் தமிழும்.
3. ஆ. சிவசுப்பிரமணியன், 2003, தமிழ் அச்சுத் தந்தை அண்ட்ரிக் அடிகளார்.
4. Muthuraj J.G. 1986, *A Bibliography of Christian writings in Tamil in the Libraries of U.K. and Europe.*

3

கொழுத்த கன்றும் கொழுத்த கடாவும்

ஒரு கருத்தை வெளிப்படுத்தவும் ஒழுக்க போதனை செய்யவும் பயன்படுத்தும் கற்பனைக் கதையே உவமைக் கதை அல்லது நீதிக்கதை (Parable) ஆகும். யேசுநாதர் தன் போதனைகளில் உவமைக் கதைகள் சிலவற்றைக் கூறியுள்ளார். அவற்றுள் ஒன்று 'ஊதாரி மைந்தன்' (Prodigal son) என்ற உவமைக் கதையாகும். யேசுவின் சீடர்களில் ஒருவரான லூக்கா (15:11,32) எழுதிய நற்செய்தியில் இக்கதை இடம்பெற்றுள்ளது.

ஊதாரி மைந்தன்

ஒருவனுக்கு இரண்டு குமாரர்கள். அவர்களில் இளையவன் தந்தையிடம் பாகப்பிரிவினையைக் கேட்டுப் பெற்றான். பின் அயல்நாடு சென்று ஒழுக்கக்கேடான வாழ்க்கை நடத்திச் சொத்துகளை இழந்து பன்றி மேய்க்கும் தொழிலை மேற்கொண்டான். பின் வறுமைக்கு ஆளாகித் தந்தையிடம் அடைக்கலம் புகுந்தான். தந்தை அவனை வெறுத்து ஒதுக்காது அவனை வரவேற்று ஊழியர்களை நோக்கி 'முதல் தரமான ஆடை கொண்டுவந்து, இவனுக்கு உடுத்துங்கள். கைக்கு மோதிரமும் காலுக்கு மிதியடியும் விரைவில் அணிவியுங்கள். கொழுத்த கன்றைக் கொண்டு வந்து அடியுங்கள். விருந்து கொண்டாடுவோம். ஏனெனில், இறந்துபோயிருந்த என் மகன் இவன் மீண்டும் உயிர் பெற்றுள்ளான். காணாமற்போயிருந்தவன் மீண்டும் கண்டு பிடிக்கப்பட்டுள்ளான்' என்றார்.

அவர்கள் விருந்துண்டு கொண்டாடத் தொடங்கினர். அப்போது மூத்த மகன் வயலில் இருந்தான். வயலிலிருந்து

திரும்பி வீட்டை நெருங்கியபொழுது நடனத்தையும் இசை முழக்கத்தையும் கேட்டு ஊழியர்களுள் ஒருவனை அழைத்து நடப்பதென்னவென்று வினவினான். அதற்கு ஊழியன் 'உம் தம்பி வந்துவிட்டார். நலமாகத் தம்மிடம் வந்து சேர்ந்ததால், உம் தந்தை கொழுத்த கன்றை அடித்திருக்கிறார்' என்றான். அவனோ சினந்து உள்ளே நுழைய மனமில்லாதிருந்தான். எனவே, அவனுடைய தந்தை வெளியில் வந்து அவனை அழைத்தார். அவன் தன் தந்தையிடம், 'இதோ! இத்தனை ஆண்டுகளாக உமக்கு ஊழியம் செய்துவருகிறேன். உம்முடைய கட்டளையை என்றும் மீறியதில்லை. ஆயினும் என் நண்பரோடு விருந்துகொண்டாட ஓர் ஆட்டுக்குட்டிகூட நீர் எனக்குக் கொடுத்ததில்லை. விலை மாதரோடு சேர்ந்து உமது சொத்தை யெல்லாம் அழித்துவிட்ட இந்த மகன் வந்தபொழுது, அவனுக்காகக் கொழுத்த கன்றை அடித்திருக்கின்றீரே' என்றான். அதற்குத் தந்தை 'மகனே, நீ என்றும் என்னுடன் இருக்கிறாய். என்னுடையதெல்லாம் உன்னுடையதே. நாம் விருந்தாடி மகிழ்வது முறையே. ஏனெனில், உன் தம்பி இறந்துபோயிருந்தான். உயிர்த்துவிட்டான். காணாமற்போயிருந்தான், கிடைத்து விட்டான்' என்றார்.

கதையின் உட்பொருள்

இறைவனது அன்பையும் மன்னிக்கும் மனப்பான்மையையும் இக்கதை விளக்குவதாகக் கிறித்தவ இறையியலாளர்கள் குறிப்பிடுகின்றனர் (தியாகு 1992:133). அவர்கள் கருத்துப்படி:

1. பிரிந்த மகனை வரவேற்கும் தந்தை – இறைவன்
2. மூத்த மகன் – இறையரசை அடையும் பக்தன்
3. இளைய மகன் – இறைவனைவிட்டு விலகி வாழும் மனிதன்
4. இளையமகன் செல்லும் அயல்நாடு – மனிதன் இறைவனை விட்டுப் பிரிந்து நிற்கும் தூரம்
5. இளையமகன் சொத்தை வீணாக்கியது – மனிதர்கள் உலக இன்பத்தில் திளைத்து விண்ணுலகக் கொடைகளை மறப்பது.
6. இளைய மகன் திரும்பி வருதல் – உலகக் கவர்ச்சி மறைந்து இறைவனிடம் மனிதன் திரும்பி வருதல்
7. தந்தை வரவேற்றல் – மனம் திரும்புவோரை வானகத் தந்தை வரவேற்பது

இவ்வாறு ஊதாரி மைந்தன் கதையானது கிறித்தவ சமயத்தின் உட்பொருளை விளக்கி நிற்பதால் மறையுரைகளில் இது பரவலாக எடுத்தாளப்படுகிறது.

இத்தகைய முக்கியத்துவம்பெற்றுள்ள இக்கதை "சத்தியவேத சரித்திர சங்க்ஷேபம்" (சங்க்ஷேபம் – சுருக்கம்) என்ற பெயரில் 1877ல் திருச்சியில் வெளியான நூல் ஒன்றில் இடம்பெற்றுள்ளது. அலெக்சிகானோஸ் என்ற கத்தோலிக்க ஆயர் இந்நூல் வெளியிட அனுமதி வழங்கியுள்ளார். இந்நூலில் (பக்கம் 175—176) இடம் பெற்றுள்ள கதையில் ஊதாரி மைந்தனான இளைய மகன் திரும்பி வந்ததும் தந்தை,

'தன்னூழியரையழைத்து உடனே யவனுக்கு மெல்லிய வஸ்திரமணிந்து, கைக்குக் கணையாழியுங் காலுக்குப் பாத ரட்சையுந் தரித்துக் கொழுத்த கடாக்கன்றடித்து விருந்து செய்யுங்கள்' என்று கட்டளையிடுகிறார்.

மூத்த மகன் தன் தந்தையிடம், 'இதோ இத்தனை வருஷ காலம் நானுமக்கூழியஞ் செய்து உமது கற்பனை மீறாதிருந் தாலுமென் சினேகிதரோடு சந்தோஷித்திருக்கும்படி யொரு காலுமோராட்டுக் குட்டியைத் தந்ததில்லை, உம தாஸ்திகளை விபசார மார்க்கமா யழித்துப் போட்டவிவன் வந்தபோதோ வெனிற் கொழுத்த கடாவையு மடித்தீரெ' என்று கோபித்துக் கொள்கிறான்.

1925ஆம் ஆண்டில் வெளியான 'சத்தியவேதாகம சங்க்ஷேபம்' என்ற நூலின் இரண்டாம் பாகத்தில் இக்கதை இடம் பெற்றுள்ளது. (பக்கம் 46—49) அதில் தந்தை ஊழியர்களை அழைத்து "இறந்துபோன என் மகன் உயிர்த்து வந்தான். காணமற்போன என் மகன் கண்டுபிடிக்கப்பட்டான். கொழுத்த ஆடடித்து நல்ல விருந்துசெய்யுங்கள்" என்று சொல்கிறான். (பக்கம் 48).

கன்றும் கடாவும்

விவிலியத்தில் இடம்பெறும் ஊதாரி மைந்தன் கதையில் இளையமகன் திரும்பி வந்ததைக் கொண்டாடும் வகையில் 'கொழுத்த கன்று' அடிக்கப்படுகிறது. மேற்கூறிய இருநூல் களிலும் கொழுத்த கன்று என்பதற்கு மாறாக, கொழுத்த கடாக்கன்று, கொழுத்த கடா, கொழுத்த ஆடு என்ற சொற்கள் இடம்பெற்றுள்ளன. இம்மாற்றம் தவறுதலாக நிகழ்ந்ததா? திட்டமிட்டு நிகழ்ந்ததா? என்பது ஆய்வுக்குரியது. இதன் முதற் படியாக மாட்டிறைச்சி உண்பது தொடர்பாகத் தமிழ்நாட்டில் நிலவிய சமூக மதிப்பீடுகளை அறிந்துகொள்வது அவசிய மாகும்.

ஆ. சிவசுப்பிரமணியன் 43

தமிழ்ச் சமூகத்தில் மாட்டிறைச்சி

சங்க இலக்கியங்களில் மாடு செல்வமாகக் கருதப்பட்டது. ஆயினும் அது உண்ணுவதற்கு விலக்கப்பட்ட புனித விலங்காக மாறவில்லை. கொழுத்த பசுவைக் கொன்று அதனைப் புழுக்கி உண்ட நிகழ்ச்சியை அகநானூறு (309) குறிப்பிடுகிறது. யாகத்தில் பசுவைப் பலியிடும் வழக்கம் இருந்ததையும் பலியிட இருந்த பசுவைக் காப்பாற்றியதால் ஆபுத்திரன் விரட்டியடிக்கப்பட்டதை யும் மணிமேகலை குறிப்பிடுகிறது.

மதுரை நகரை அழிக்கும்போது யாரையெல்லாம் அழிக் காது விடவேண்டும் என்று வினவிய நெருப்புக் கடவுளிடம், பார்ப்பார், அறவோர், பசு, பத்தினிப் பெண்டிர் என்று கண்ணகி விடையளிக்கிறாள். தமிழ்நாட்டில் சங்ககாலத்திற்குப் பின் பசு புனித விலங்காகிவிட்டது. எச்சிலுடன் பசுவைத் தீண்டக் கூடாது என்றும், தன் உடல்போல் பசுவைப் பேணவேண்டும் என்றும் பதினெண் கீழ்க்கணக்கு நூல்களில் ஒன்றான 'ஆசாரக் கோவை' குறிப்பிடுகின்றது. பல்லவர் மற்றும் சோழர் காலத்திய கல்வெட்டு மற்றும் செப்பேடுகளின் காப்புரைகளில் "கங்கைக் கரையில் காராம்பசுவைக் கொன்ற தோசத்திற்கு ஆளாவார்கள்" என்ற தொடர் இடம்பெற்றது. பசுவைக் காப்பற்ற உயிரையும் கொடுக்கலாம் என்று கம்பராமாயணமும் சீவகசிந்தாமணியும் குறிப்பிடுகின்றன. பசு மற்றும் மாட்டிறைச்சி உண்பது இழிவான தாகக் கருதப்பட்டது. "ஆவுரித்துத் தின்றுழலும் புலையரேனும்" என்று திருநாவுக்கரசர் குறிப்பிடுவதை இதற்குச் சான்றாகக் கூறலாம். ஆதிதிராவிடர்களும் அருந்ததியர்களும் மட்டுமே மாட்டிறைச்சி உண்பவர்களாக விளங்கினர். இதன் காரண மாக இவர்கள் மிகுந்த இழிவுக்குள்ளாயினர். 1911ஆம் ஆண்டு மக்கள் தொகைக் கணக்கெடுப்பின்போது தீண்டத் தகாத சாதியினரைக் கண்டறியும் அளவுகோல்களை வெள்ளையரசு வகுத்தது. அதில் பத்தாவது அளவுகோல் "மாட்டுக்கறி உண்பவர் கள், பசுவை மதிக்காதவர்கள்" என்பதாகும். தண்டபாணி சுவாமிகள் (1839 – 1898) இயற்றிய "அங்கிலியர் அந்தாதி" என்ற நூலில் வெள்ளையர்களின் இழிசெயலாக மாட்டிறைச்சி உண்பதைக் குறிப்பிடுகிறார். 1911ஆம் ஆண்டில் ஆஷ் என்ற வெள்ளை அதிகாரியைச் சுட்டுக்கொன்றுவிட்டு தன்னையும் சுட்டுக்கொண்டு இறந்த வாஞ்சிநாதனின் சட்டைப் பையில் இருந்த கடிதத்தில் ஐந்தாம் ஜார்ஜ் மன்னன் இழிவானவன் என்பதைக் குறிப்பிடும் வகையில் "கோமாமிசம் தின்னும் ஜார்ஜ் பஞ்சமன்" என்று எழுதியிருந்தது.

இவ்வாறு மாட்டிறைச்சி உண்பதை இழிவாகக் கருதும் போக்கு நிலவிய சமூகத்தில் கன்றுக்குட்டியை அடித்து விருந்து வைக்கும் நிகழ்ச்சி இடம்பெறும் விவிலியம் அறிமுகமானது.

தமிழகக் கத்தோலிக்கத் திருச்சபை வெளியிட்ட விவிலிய மொழிபெயர்ப்புகளில், தொடக்கத்திலிருந்து இன்றுவரை "கொழுத்த கன்று" என்ற சொல்தான் இடம்பெற்றுள்ளது. சீர்திருத்தக் கிறித்தவர்களிடம் இருப்பது போன்று பரவலான விவிலிய வாசிப்பு கத்தோலிக்கர்களிடம் முன்பு கிடையாது. மேலும் குருக்களும், துறவிகளும் மட்டுமே விவிலிய விளக்கம் தரும் பணியை மேற்கொண்டிருந்தனர். இதன் காரணமாக "கொழுத்த கன்று" என்ற சொல் ஒரு பிரச்சினையாக இல்லை. ஆனால், விவிலியத்தின் சுருக்கத்தை வெகுசனப் பதிப்பாக வெளியிடும்போது அது கத்தோலிக்கர் அல்லாதவர்களிடம் செல்லும் வாய்ப்பு அதிகம்.

மேலும் விவிலியத்தில் இடம்பெற்றுள்ள 'கொழுத்த கன்று' என்னும் சொல் எத்தகைய விளைவுகளைத் தோற்றுவிக்கும் என்பதை அபிதுபாய் என்ற கத்தோலிக்கத் துறவி 1815இல் எழுதிய கடிதம் ஒன்றில் குறிப்பிட்டுள்ளார். (அபிதுபாய் 1995: 28)

மனிதவடிவில் வந்த மூன்று வானவர்களுக்கு ஆபிரகாம் கன்றுக்குட்டியை அடித்து விருந்து வைத்ததை விவிலியத்தில் படிக்கும் ஓர் இந்து, ஆபிரகாமும் அவனைக் காணவந்த வானுலகத்து விருந்தினர்களும் பறையர்கள் என்று முடிவு செய்துவிடுவான். பின்னர், புனிதத் தன்மையற்ற நூல் என்று விவிலியத்தைத் தூக்கி எறிந்துவிடுவான்.

'ஊதாரி மைந்தன்' கதையைச் சொற்பொழிவு ஒன்றில் கூறிமுடித்த பின்னர் சில கிறித்தவர்கள் அவரிடம் கூறியதை யும் இதே கடிதத்தில் குறிப்பிட்டுள்ளார். அவரது உரையில் 'கொழுத்த கன்று' என்று கூறியது பொருத்தமற்றது என்று கூறியதுடன் இந்துக்கள் இச்சொற்பொழிவைக் கேட்க நேர்ந்தால் கிறித்தவ சமயத்தைப் பறையர் சமயமாகக் கருதிவிடுவர் என்றனர். இனி இக்கதையைக் கூறும்போது கொழுத்த கன்று என்பதற்குப் பதில் ஆட்டுக்குட்டி என்று குறிப்பிடும்படி அறிவுரையும் கூறினர். (மேலது 33, 34)

அபிதுபாய்க்கு கிட்டிய இத்தகைய அனுபவம் அவருக்குப் பின் வந்த கத்தோலிக்கத் துறவிகளுக்கும் ஏற்பட்டிருக்கும்.

ஒடுக்கப்பட்ட மக்களை ஈர்த்த கத்தோலிக்கம் ஏனைய சாதியினரையும் சென்றடையவேண்டுமென்று விரும்பிய கத்தோ லிக்கத் துறவியர்கள் "பறையர் சமயம்" என்ற முத்திரை தங்கள் சமயத்தின் மீது விழுந்துவிடக்கூடாது என்று அஞ்சினர். இதன் வெளிப்பாடாகவே கொழுத்த கன்று, கொழுத்த கடாவாக மாற்றமடைந்தது! கத்தோலிக்கச் சமயத்தைத் தழுவுபவர்களின்

எண்ணிக்கையை அதிகரிப்பதில் காட்டிய ஆர்வத்தின் காரணமாக இத்தகைய திருத்தம் தொடக்கத்தில் இடம்பெற்றுள்ளது. இது ஒருவகையான சமரசப் போக்கே ஆகும். உயர்சாதியினரை ஈர்க்கும் இத்தகைய சமரசப்போக்கு கத்தோலிக்க சமயத்தின் பல்வேறு நிலைகளிலும் இடம்பெறலாயிற்று. அதன் எதிர் வினைவுகளைத் தலித் கத்தோலிக்கர்கள் இன்றுவரை அனுபவிக்கிறார்கள்.

அடிக்குறிப்பு

1. தமிழ்நாட்டில் கத்தோலிக்கத்தைப் பின்பற்றுபவர்களின் எண்ணிக்கையை அதிகரிப்பதற்காகக் கன்றுக்குட்டியை ஆட்டுக்கிடாவாக மாற்றினார்கள் என்றால் மாட்டிறைச்சித் துண்டின் மூலமாகக் கோவாவில் மதமாற்றத்தை நிகழ்த்தினர். போர்ச்சுக்கீசியர்களின் ஆட்சிக் காலத்தில் கோவாவில் நடந்த மதமாற்ற நிகழ்ச்சியைப் பாக்ஸர் என்ற வரலாற்றாசிரியர் குறிப்பிடுகிறார். புனித சின்னப்பர் (பால்) திருநாளான சனவரி 25இல் குழும மதமாற்றத்தைச் சேசு சபையினர் ஆண்டுதோறும் நடத்தினர். அதிக எண்ணிக்கையில் ஆன்மாக்களைப் பெறுவதற்காகப் புனித சின்னப்பர் திருநாள் தொடங்கும் முன்பு, தமது நீக்ரோ அடிமைகள் புடைசூழத் தெருக்களில் ஊர்வலம்போல் சேசு சபையினர் செல்வர். எதிர்ப்படும் கோவானிய இந்துவை அமுக்கிப் பிடித்து ஒரு துண்டு மாட்டுக்கறியை அவனது உதட்டில் நீக்ரோ அடிமைகள் தேய்த்துவிடுவர். மாட்டுக்கறியை உதட்டால் தீண்டிய காரணத்தால் தீண்டத் தகாதவனாகித் தன் சொந்த மக்களிடமிருந்து விலக்கப்பட்டுவிடும் ஒருவனுக்குக் கிறித்தவனாவதைத் தவிர வேறு வழியில்லை. சேசு சபையினர் தொடங்கி வைத்த இம்முறையைப் பின்னர் பிரான்சிஸ்கன் சபையினரும் பின்பற்றினர். மாட்டிறைச்சித் துண்டால் தீண்டத்தகாதவனாக மாறியவனைப் புனிதப்படுத்த சுத்திகரிப்புச் சடங்கு ஒன்றை நடத்தி இந்துக்கள் இம்மத மாற்றத்தைத் தவிர்த்தனர்.

துணை நூற்பட்டியல்

சத்திய வேத சரித்திர சங்க்ஷேபம் 1877. சென்னை.

சத்திய வேதாகம சங்க்ஷேபம். 1925. திருச்சிராப்பள்ளி.

தியாகு. 1992 விவிலியக் களஞ்சியம். தொகுதி 2. சென்னை.

Dubois Abbe J.A. 1995.
"Letters on The State of Christianity in India".

New Delhi. Asian Educational Services.

De Souza T.R. 1988.

"The Portuguese in Asia and their Church Patrouage",
Western Colonialism in Asia and Christianity,
Dr. M.D. David (Ed)

கணையாழி, ஜனவரி 2000

4

கிறித்தவர்களின் கல்விப்பணி

கல்வி என்பது தமிழர்களுக்குப் புதியதல்ல. இரண்டாயிரம் ஆண்டுகட்கும் மேலான கல்விப் பாரம்பரியம் தமிழர்களுக்கு உண்டென்பதற்கு நமது சங்க இலக்கியங்களே சான்று. "மன்றம்" என்ற அமைப்பு நீதி வழங்கும் இடமாக மட்டுமின்றி கல்வி பயிலும் இடமாகவும் விளங்கியதைக் குறுந்தொகைச் செய்யுளால் அறிகிறோம். சமணர்களும் பௌத்தர்களும் தம் மடங்களில் கல்வி பயிற்றுவித்தனர். இதனால்தான் இவ்விரு சமயத்தினரின் வழிபாட்டுத் தலங்களைக் குறிக்கும் "பள்ளி" என்ற சொல், சமயக் கல்வியிலிருந்து விடுவித்துக்கொண்ட கல்விக் கூடங்களைக் குறிக்கும் சொல்லாகவும் இன்று வரை வழங்கிவருகிறது. பல்லவர், பாண்டியர், சோழர் ஆட்சியில் வடமொழிக் கல்வி முக்கிய இடம்பெற்றது. எண்ணாயிரம், திருபுவனி, திருமுக்கூடல் என்ற இடங்களில் சோழர் காலத்தில் வடமொழிக் கல்வி நிலையங்கள் செயல்பட்டுள்ளன. கிராமப்புறங்களில் திண்ணைப் பள்ளிக்கூடங்கள் என்ற பெயரில் கல்விக் கூடங்கள் செயல்பட்டன. இவற்றில் எண்ணும் எழுத்தும் மட்டுமே கற்பிக்கப்பட்டன. இதனால்தான் பிற்கால ஔவையார் "எண்ணும் எழுத்தும் கண்ணெனத் தகும்" என்றார்.

பதினாறாம் நூற்றாண்டின் தமிழ்நாட்டில், கடற்கரை யோரங்களில் கத்தோலிக்கம் பரவியது. 'பத்துக் கட்டளைகள்', 'விசுவாச மந்திரம்', 'அருள் நிறைந்த மரியே மந்திரம்' போன்ற சமய மந்திரங்களை ஒவ்வொரு கத்தோலிக்கரும் அறிந்திருக்கவேண்டும் என்ற நிலையில், புனித சவேரியார் இவற்றைக் கடற்கரை மக்களுக்குக் கற்பித்தார். இவற்றைக் கற்றுக்கொடுக்கும் முயற்சியின் அங்கமாக, பள்ளிக்கூடம் போன்ற அமைப்பு உருவாகியது. சமயப்போதகர்களை உருவாக்கும் முயற்சியின் ஓரங்கமாக, புன்னைக்காயல்,

மணப்பாடு ஆகிய கடற்கரை ஊர்களில் குருத்துவக் கல்லூரிகள் உருவாயின.

பதினெட்டாம் நூற்றாண்டில் சீர்திருத்தக் கிறித்தவம் தரங்கம்பாடியில் கால்பதித்துப் பின்னர் ஏனைய பகுதிகளில் பரவியது. ஜெர்மானியரான சீகன்பால்க் என்ற டேனிஷ் மிஷன் குரு 1709இல் தரங்கம்பாடி வந்து மணலில் எழுதிப் பழகித் தமிழ் கற்றார்.

கிறித்தவக் குழந்தைகளுக்கென்றும் கிறித்தவர் அல்லாத குழந்தைகளுக்கென்றும் தனித்தனியாக இரண்டு பள்ளிகளை தரங்கம்பாடியில், சீகன்பால்க் நிறுவியதாக 1715 ஆகஸ்ட் 16ஆம் நாள் எழுதிய அறிக்கையில், குருண்ட்லர் என்ற சமயக் குரு குறிப்பிட்டுள்ளார். எழுதப் படிக்கவும் கணக்குச் செய்யவும் இங்கு கற்றுக்கொடுத்தனர். அத்துடன் தமிழ்க் கவிதைகள், விவிலியம், கிறித்தவ இறையியல், போர்ச்சுக்கீசிய மொழி ஆகியனவும் இங்கு கற்றுக்கொடுக்கப்பட்டன. இப்பள்ளியில் பயிலும் மாணவர்களுக்குக் கட்டணம் எதுவும் கிடையாது. ஐரோப்பியக் கிழக்கிந்தியக் கம்பெனிகளிலும் ஐரோப்பிய வணிகர்களிடமும் வேலைவாய்ப்புப் பெற இக்கல்வி உதவியது. இப்பள்ளியில் 70 மாணவர்கள் பயின்றுள்ளார்கள். வயதின் அடிப்படையில் இரு குழுக்களாக இவர்கள் பிரிக்கப்பட்டனர். நாகப்பட்டினத்தைச் சேர்ந்த பிராமணர் ஒருவர் போர்ச்சுக்கீஸ் மொழி பயில தம்மைச் சேர்த்துக்கொள்ள வேண்டியதாகக் குருண்ட்லர் குறிப்பிட்டுள்ளார். (2006:176).

போர்ச்சுக்கீசிய மொழி பயில 12 பக்கங்கள் கொண்ட சிறு நூல் ஒன்றும் தரங்கம்பாடியில் 08.11.1712 இல் அச்சிடப் பட்டது.* நூல்களை அச்சிடத் தேவையான காகிதத்தை உற்பத்தி செய்ய, காகித ஆலை ஒன்றும் 1816 இல் தரங்கம்பாடியில் நிறுவப்பட்டது. காகித உற்பத்திக்குத் தேவையான கச்சாப் பொருளும், நல்ல தண்ணீரும் சரிவரக் கிடைக்காமையால் இது செயல்படாமல் போய்விட்டது. (மேலது: 191 – 92).

பதினாறாவது நூற்றாண்டில் கத்தோலிக்கர்கள் நிறுவிய அச்சகங்களில் அச்சான நூல்கள் முற்றிலும் சமயம் சார்ந்தவை. ஆனால், 1812 இல் சீகன்பால்க் நிறுவிய அச்சகத்தில் பாட நூல்களும் அச்சிடப்பட்டு பொதுமக்களுக்குக் குறைந்த விலையில் கிடைத்தன.

தரங்கம்பாடிப் பள்ளியில் பயின்ற மாணவருக்கு நமது பாரம்பரிய மருத்துவ முறையும் கற்றுக்கொடுக்கப்பட்டது. 27

---

* An A-B-C Book (i.e., a spelling book) in Portuguese for the School children to Learn Portuguese alphabets, and spelling (Daniel Jeya Raj, 2006:178)

ஜுன் 1712 இல் ரோமன் கத்தோலிக்கர் ஒருவரை மருத்துவராக சீகன்பால்க் நியமித்தார். தமிழ் மருத்துவர் என்ற தலைப்பில் குருண்ட்லர் என்ற மறைப்பணியாளர் தொகுத்துவந்த நூல் தொகுப்பிற்கும் இவரது உதவி கிட்டியது. அத்துடன் தாம் நிறுவிய பள்ளியில் அவர் செய்த பணிகளை சீகன்பால்க் பின்வருமாறு குறிப்பிட்டுள்ளார். (மேலது: 83—84).

தமிழ்ப் பள்ளியின் மூத்த மாணவர்களுக்கு நாள்தோறும் ஒரு மணி நேரமாவது தமிழ் மருத்துவத்தைக் கற்றுக் கொடுக்க வேண்டும்.

ஒவ்வொரு திங்கள்கிழமையும் ஏதாவது ஒரு கிராமத்திற்கு, மாணவர்களுடன் சென்று மூலிகைகளை அவர்கள் அடையாளம் காண உதவுவதுடன், மருந்து தயாரிக்கும் முறையையும் கற்றுக்கொடுக்க வேண்டும். அத்துடன் மூலிகை வகைகளின் மாதிரிகளைக் கொண்டுவந்து அவற்றைத் தனி அறையில் வைக்கவேண்டும்.

நீண்ட தொலைவிலிருந்து, கொண்டுவரப்பட்ட மூலிகைகளையும் அதே அறையில் சேகரித்து வைப்பதுடன் மாணவர்கள் அவற்றை அறிந்துகொள்ளும்படி உற்சாகப் படுத்த வேண்டும்.

இறுதியாக, கிடைக்கக்கூடிய அனைத்துத் தமிழ் மருத்துவச் சுவடிகளையும் சேகரித்து அவற்றைப் படி எடுக்கவேண்டும்.

1725 ஆம் ஆண்டு வாக்கில் தரங்கம்பாடியிலும் அதைச் சுற்றியுள்ள பகுதிகளிலும் இருபத்தியொரு பள்ளிக்கூடங்கள் இருந்தன. இவற்றில் ஐந்நூறு மாணவர்கள் கல்வி பயின்றனர். பத்தொன்பதாம் நூற்றாண்டில் குமரி மாவட்டத்தில் பணியாற்றிய ரிங்கால் தோபே என்பவர் தேவாலயங்கள் இருந்த ஊர்களிலெல்லாம் பள்ளிக்கூடம் ஒன்றையும் கட்டினார். இதுபோன்றே நெல்லை, இராமநாதபுரம், தஞ்சை ஆகிய மாவட்டங்களிலும் பள்ளிகள் உருவாகின.

சீர்திருத்தக் கிறித்தவச் சமயத்தைச் சார்ந்த ஐரோப்பிய குருக்களுக்கு உதவுவதற்காக 'உபதேசியார்' என்ற பதவி சீர்திருத்தக் கிறித்தவ மிஷனில் இருந்தது. இவர்கள் சமயப் பணி மட்டுமின்றி கிறித்தவப் பள்ளிகளில் பணிபுரியும் ஆசிரியர்களை மேற்பார்வையிடும் பணியையும் செய்துள்ளனர். ஆசிரியர்களைக் குறித்த தமது மதிப்பீடுகளை, தாம் எழுதவேண்டிய நாட்குறிப்பில் பதிவு செய்வது இவர்கள் பணியின் ஓர் அங்கமாக இருந்தது என்பதை,

"மேலும் நாடோறும் பள்ளிக்கூட வேலை ஒழுங்காய் நடந்துவரும்படி, திட்டமாய்ப் பார்க்கவேண்டும். அப்படிப்

பட்டவர்கள் ஒழுங்குத் தாழ்வாய் நடக்கிறதை உபதேசி மார்கள் சர்னலில்* பதிந்து நம்மிடத்திற் காண்பிக்கவும், 1853 மே 3 கனம் இஸ்பிராட் ஐயரவர்கள்."

என்ற சவரிராயபிள்ளையின் நாட்குறிப்புச் செய்தியால் அறிகிறோம். 1854 மார்ச் 28ஆம் நாளிட்ட தம் நாட்குறிப்பில் "பகல் முழுதும் வாத்தி வாத்திச்சி இருவரும் பள்ளிக்கூட வேலை பார்க்கவில்லை" என்று எழுதிவிட்டு மறுநாள் (மார்ச் 29)

"வாத்தி பள்ளிக்கூடத்திற் படிப்பிக்கவில்லை, தூங்கினார். வாத்திச்சி அ (8) பிள்ளைகளை வைத்துக்கொண்டிருந்தது. பழம்பாடம் கேளாமல் மத்தியானத்திலனுப்பிவிட்டுப் போனார்கள்"

என்று சவரிராயபிள்ளை பதிவு செய்துள்ளார் (மேலது). கல்வி கற்றுக் கொடுக்கும் ஆசிரியர்களை மேற்பார்வையிடும் பணியினை மட்டுமின்றி கல்வி அறிவில்லாத கிறித்தவர்களைக் கண்டறியும் பணியிலும் உபதேசியார்கள் ஈடுபட்டனர். 1863 அக்டோபர் 22இல் சவரிராயபிள்ளை எழுதிய நாட்குறிப்பில்,

"மேலும் இன்னமும் ஒருக்காலும் பள்ளிக்கூடத்துக்குப் போகாமலும் இன்னமுங் கலியாணம் நடவாமல் வாசிக்க அறியாத ஆண் பிள்ளைகளும் பெண் பிள்ளைகளும் எத்தனையென்றும்" "பள்ளிக்கூடத்துக்குப் போகாது 15 வயதுக்குக் கீழ்ப்பட்டு 6 வயதுக்கு மேற்பட்ட கிறித்தவ ஆண்களும் பெண்களுமெத்தனையென்றும் எழுதி வரும் படிக்குக் கனம் உல்லியஞ் சாப்ட்டர் ஐயரவர்கள் உத்தரவு."

என்று எழுதியுள்ளதை இதற்குச் சான்றாகக் குறிப்பிடலாம். ஆங்கில ஆட்சியினர் அரசு மானியம் பெறும் பள்ளிகளைத் தோற்றுவிக்கும் முயற்சியில் ஈடுபட்டபோது கிறித்துவ மிஷனரிகள் அதை நன்றாகப் பயன்படுத்திக்கொண்டனர்.

இப்பள்ளிகள் முந்தைய தமிழ்ப் பள்ளிக்கூடங்களைவிட வேறுபட்டதாக இருந்தன. புவியியல், வரலாறு, நவீனக்கணிதம், அறிவியல் என்று புதிய அறிவுத் துறைகள் கிறித்தவப் பள்ளிகளில்தான் முதன் முதலாகக் கற்றுக்கொடுக்கப்பட்டன. மொழி, சமயம் என்ற எல்லைகளைத் தாண்டிய கல்வி மக்களுக்குக் கிடைத்தது. இதனடிப்படையில் புதிய அறிவுத்துறைத் தொடர்பான பாட நூல்களும் உருவாயின. ரேனிஸ் ஐயர் என்பவர் முதன் முதலாகப் பூகோள சாஸ்திரம் ஒன்றைத் தமிழில் எழுதி வெளியிட்டார்.

---

* சர்னலில் – நாட்குறிப்பில்

ஆ. சிவசுப்பிரமணியன்

கோவில், மடங்கள் மற்றும் ஆதிக்கச் சாதியினர் வாழும் பகுதிகளில் முந்தைய பள்ளிகள் செயல்பட்டன. இதனால் இப்பகுதிகளில் நுழைய அனுமதி மறுக்கப்பட்டிருந்த அடித்தள மக்களின் குழந்தைகள் அங்குச் சென்று கல்வி பயில முடிய வில்லை. அரசு மற்றும் நகராட்சிகள், பஞ்சாயத்துகள், மாவட்ட ஆட்சிக் கழகங்கள் நடத்திய பள்ளிகளில் அடித்தள மக்கள் கல்வி பயிலுவது ஓரளவு எளிதாக இருந்தது. ஆனால், அதிலும் சாதியம் நுழைந்துவிட்டது. கிறித்தவர்கள் நடத்திய பள்ளிகளில் ஜாதியத் தடை எதுவுமில்லை. மேலும், ஒடுக்கப்பட்ட மக்களின் கல்வி முன்னேற்றத்தைக் குறிக்கோளாகக் கொண்ட பள்ளிகள் சிலவற்றையும் தோற்றுவித்தனர்.

ஆங்கிலக் காலனியாட்சியின் தவறான அணுகுமுறையால் ‘குற்றப் பரம்பரையினர்’ என்ற பட்டியல் உருவாக்கப்பட்டது. அதில் பல்வேறு சாதியினரைச் சேர்த்து இழிவுபடுத்தினர். மதுரை மாவட்டத்தின் மேற்குப் பகுதியில் பெரும் எண்ணிக்கை யில் வாழும் பிரமலைக் கள்ளர் என்ற வகுப்பினரும் இக் கொடுமைக்கு ஆளாயினர். இவர்களை முன்னேற்றும் நோக்கில் அமெரிக்கன் மதுரை மிஷன் என்ற அமைப்பு இம்மக்கள் வாழும் பகுதிகளில் பள்ளிகளை உருவாக்கியது. மதுரை நகரில் வாழ்ந்த ஆதீனங்களும் தம்பிரான்களும் இத்தகைய பள்ளிகளை உருவாக்குவது குறித்து நினைத்துக்கூடப் பார்க்கவில்லை.

திருநெல்வேலி நகரின் மையமாக அமைந்துள்ள நெல்லை யப்பர் கோவிலருகில் உள்ள குறுந்தெருக்கள் சில, சிவப்பு விளக்குப் பகுதியாக விளங்கின. இங்கு வாழ்ந்த பாலியல் தொழிலாளிகளின் குழந்தைகள், தந்தை பெயரறியாது. கல்வி யின்றி, வீதியோரக் குழந்தைகளாகத் தேரோடும் வீதிகளில் வலம் வந்தனர். இலண்டன் நகரிலுள்ள ‘அப்பர் கிளேட்டன்’ என்ற நகரத்தில் வாழ்ந்தவர்களின் பொருளுதவி பெற்று 1863இல் பள்ளிக்கூடம் ஒன்றை இவர்களுக்காக மிஷனரிகள் நிறுவினர். நிதி வழங்கிய மக்கள் வாழ்ந்த ஊரின் பெயராலேயே ‘அப்பர் கிளேட்டன் பள்ளி’ என்று அப்பள்ளி பெயர்பெற்றது. இன்றும் அப்பள்ளி நெல்லை நகரில் சிறப்புடன் செயல்பட்டுவருகிறது. மிஷனரிகள் பெயராலும் நன்கொடை வழங்கிய ஐரோப்பியரின் பெயராலும் அமைந்த பல பள்ளிகளைத் தமிழ்நாடெங்கும் காணலாம். இவற்றுள் பல நூற்றாண்டு விழா கண்டவை.

ஔவையார், நப்பசலையார், ஆண்டாள் எனப் பெண் கவிஞர்கள் பலர் வாழ்ந்திருந்தாலும், பெண் கல்வி என்பது புறக்கணிக்கப்பட்ட ஒன்றாக இருபதாம் நூற்றாண்டின் தொடக் கத்திலும் கூட தமிழகத்தில் இருந்தது. தமிழின் தொடக்க கால நாவலாசிரியர்களில் ஒருவரான அ. மாதவையா 1903 இல்

"முத்து மீனாட்சி – ஒரு பிராமணப் பெண்ணின் சுயசரிதை" என்ற தலைப்பில் எழுதிய நாவலில், முத்துமீனாட்சி என்ற பாத்திரம் தன் சகோதரன் துணையுடன் வீட்டிலிருந்தபடியே கல்வி கற்கிறாள். கல்வி கற்ற மகிழ்ச்சியில் வெளியூரிலிருக்கும் தன் தந்தைக்குக் கடிதம் எழுதுகிறாள். கடிதத்தைப் படித்த தந்தை மகிழ்ச்சியடையவில்லை. தன் மகனுக்கு அவர் எழுதிய கடிதத்தில் "முத்துவை யார் வாசிக்கச்சொன்னது? பெண்கள் வாசித்தால் கெட்டுப்போவார்கள். அவள் வாசிப்பதை உடனே நிறுத்தவும்" என்று எழுதினார். இது அக்கால யதார்த்தத்தின் பிரதிபலிப்பு. இத்தகைய சமூகச் சூழலில் பெண் கல்வியை மக்களிடம் கிறித்தவர்கள் பரப்பினர். பெண்களைப் பள்ளிக்கூடம் அனுப்பத் தயங்கிய குமரி மாவட்டத்தில் வீடுகளுக்குச் சென்று கல்வி கற்றுக்கொடுக்கும் பெண் ஊழியர்களை நியமித்தனர். இது குறித்து அழகிய நாயகி அம்மாள் (1998) தமது "கவலை" என்ற, தன்வரலாற்று நாவலில்,

> "கிறித்துவச் சபையைச் சேர்ந்த ஒரு அம்மையாருக்கு சபையி லிருந்து சம்பளம் கொடுத்து, ஊர் ஊராக எழுத வாசிக்கத் தெரியாத பெண் பிள்ளைகளுக்கு வீடுதோறும் போய்ப் படித்துக்கொடுக்கும்படி சொல்லி அனுப்பினார்கள். அவர் களின் பெயர் நகோமி என்பார்கள். அந்த அம்மையார் வீடு வீடாய்ப் போய்ச் சொல்லிக்கொடுப்பார்கள் ... எல் லாருக்கும் அந்த அம்மாதான் எழுதப்படிக்கச் சொல்லிக் கொடுத்தார்கள். அந்தக் காலத்தில் எங்கள் குடும்பத்துப் பெண் பிள்ளைகளைச் சிறுபிள்ளையிலும் வெளியே விடா மல் வீட்டுக்குள்ளேயே வைத்து வளர்ப்பது பழக்கமாக இருந்ததினால், எழுத வாசிக்கச் சொல்லிக் கொடுத்தார்கள். எங்கள் வீட்டிற்கும் வருவார்கள்."

என்று எழுதியுள்ளமை குறிப்பிடத்தக்கது. தூத்துக்குடி மாவட்டம் நாசரேத் ஊரில் தற்போது செயல்பட்டு

வரும் தூய யோவான் பெண்கள் மேல்நிலைப்பள்ளி 1886ஆம் ஆண்டிலேயே உயர் நிலைப் பள்ளியாக உருவெடுத்துவிட்டது. தென்னிந்தியாவில் பெண்களுக்கென ஆரம்பிக்கப்பட்ட முதல் உயர்நிலைப் பள்ளி இதுவே' ஆகும் (சசீகரன் தங்கசாமி, 2002: 45).

பிறரன்புப் பணி கிறித்தவ சமயத்தின் ஓர் அங்கம் என்பதால், ஏதிலார், விழியிழந்தோர், காதுகேளாதோர், வாய்பேச முடியா தவர் ஆகியோருக்காகத் தனித்தனியான கல்வி நிறுவனங்களை யும் தொழிற்பயிற்சிக் கூடங்களையும் கிறித்தவர்கள் நிறுவினர். இவற்றுள் பல நூற்றாண்டு கடந்தவை. கன்மவினைப் பயனால் உறுப்புக் குறைவுடன் பிறந்துள்ளனர் என்று இந்நாட்டினர்

அவர்களை ஒதுக்கிவைக்க, ஐரோப்பாவிலிருந்து பரவிய கிறித்தவம் அவர்களை அரவணைத்துக்கொண்டது. இது ஒரு வேடிக்கையான வரலாற்று நிகழ்வு.

மொத்தத்தில் கிறித்தவர்களின் கல்விப் பணியானது சாதிகளைக் கடந்து அனைவரும் நவீனக் கல்வி பயில உறு துணையாயிருந்தது. பெண் கல்வியைப் பரவலாக்கியது. உடல் ஊனமுற்றவருக்கும் சிறப்புக் கல்வி வழங்கியது.

இன்று உலகமயமாக்கலின் விளைவாகக் கல்வியானது, சேவை என்ற நிலையிலிருந்து வாணிபப் பொருளாகிவிட்டது. இத்தகைய சூழலில் கிறித்தவர்களின் கல்விப்பணிக்கு முக்கியத் துவம் கூடியுள்ளது. ஆனால், கிறித்தவ விழுமியங்களை ஓரங் கட்டி வைத்துவிட்டுக் கல்வியை வணிகமயமாக்கும் வேலையில் சில கிறித்தவ நிறுவனங்கள் ஈடுபடுவது அதிர்ச்சியளிக்கிறது. கிறித்தவத்தை இம்மண்ணில் பரப்பிய முன்னோடிகளுக்குச் செய்யும் துரோகமாக இச்செயல் அமைகிறது.

துணைநூற் பட்டியல்

1. அழகியநாயகி அம்மாள், கவலை, 1998, பாளையங்கோட்டை.
2. சசீகரன் தங்கசாமி, நாசரேத் வரலாறு, 2002, சென்னை.
3. யோவான் தேவசகாயம் சவரிராயன், சவரிராயபிள்ளை சர்னலும் கடிதங்களும்.
4. Daniel Jeyaraj, 2006 *Bartholomaus Ziegenbalg, The Father of Modern Protestant Mission.*

5

அயோத்திதாசரும் கிறித்தவமும்

16ஆம் நூற்றாண்டில் தமிழ்நாட்டின் தென் மாவட்டங்களில் இராமேஸ்வரம் தொடங்கி கன்னியாகுமரி வரையிலான கடற்கரைப் பகுதிகளில் கத்தோலிக்கம் பரவியது. 17ஆம் நூற்றாண்டில் டச்சுக்காரர்கள் இதே பகுதியிலும், நாகப்பட்டினம் தொடங்கி பழவேற்காடு வரையிலான சில கடற்கரை ஊர்களிலும் சீர்திருத்தக் கிறித்தவத்தைப் பரப்பினர். ஆயினும் 16ஆம் நூற்றாண்டில் பரவி நிலைத்திருந்த கத்தோலிக்கத்தை இது விஞ்சவில்லை என்பதே உண்மை. 17ஆம் நூற்றாண்டின் தொடக்கத்தில் 'மதுரை மறைத்தளம்' என்ற ஒன்றை உருவாக்கிய கத்தோலிக்கத் திருச்சபை, அதன் துணையுடன் உள்நாட்டுப் பகுதிகளில் கத்தோலிக்கத்தைப் பரப்பியது. 18ஆம் நூற்றாண்டின் தொடக்கத்தில், டேனிஷ் மிஷினரியினர் தரங்கம்பாடியில் லூத்தரன் மிஷினை உருவாக்கி சீர்திருத்தக் கிறித்தவத்தைப் பரப்பினர். 18ஆம் நூற்றாண்டில் பிரிட்டிஷ் கிழக்கிந்தியக் கம்பெனியின் ஆட்சி நிலைபெற்றபோது சி.எம்.எஸ்., எஸ்.பி.ஜி., ஏ.எம்.எம்., என்ற மிஷன்கள் சீர்திருத்தக் கிறித்தவத்தைத் தமிழ்நாட்டில் பரப்பின.¹ திருநெல்வேலி மாவட்டத்தில் இச்சபைகளின் செயல்பாடு சற்று அழுத்தமாக வேர்விட்டது. புதுச்சேரிப் பகுதியில் பிரெஞ்சு ஆதிக்கம் உருவான பின்னர் கத்தோலிக்கம் அப்பகுதியில் பரவியது.

இவ்வாறு 16ஆம் நூற்றாண்டு தொடங்கி, தொடர்ச்சியாக நிகழ்ந்த கிறித்தவ மதமாற்றத்தால் தமிழ்நாட்டின் அடித்தள மக்கள் குறிப்பாக, தலித் மக்கள் குறிப்பிடத்தகுந்த அளவில் கிறித்தவர்களாயிருந்தனர். இந்தியாவிலும் இத்தகைய நிலைதான் நிலவியது என்பதை

ஆ. சிவசுப்பிரமணியன்

"ஏராளமாக உள்ள தீண்டப்படாத மக்கள் இந்தியாவில் இல்லையென்றால் கிறித்துவத்தைப் பரப்புவதென்ற முயற்சியே நம்பிக்கையற்றுப் போயிருக்கும்" "இந்தியக் கிறித்தவர்கள் பிரதானமாக தீண்டப்படாதவர்கள் மத்தியி லிருந்தும் ஓரளவுக்குச் சூத்திர சாதியினரிடமிருந்தும் ஈர்க்கப் பட்டுள்ளனர் என்பதை மனதில் கொள்ள வேண்டியது அவசியம்"

என்ற அம்பேத்கரின் (1997:479, 522) கூற்றால் உணரமுடிகிறது. ஒடுக்கப்பட்ட மக்களிடம் பரவிய கிறித்தவம் பல்வேறு பணிகளை ஆற்றியுள்ளது. அவற்றை 1) குழந்தைகள் மத்தியில், 2) இளைஞர் மத்தியில், 3) வெகுஜனங்கள் மத்தியில், 4) பெண்கள் மத்தியில், 5) நோயாளிகள் மத்தியில் என்று பகுத்துக்கூறும் அம்பேத்கர் (1997:520 – 522) இத்துறைகளில் இந்து சமயத்தின் பங்களிப்பைக் கிறித்தவத்துடன் ஒப்பிட்டு,

"வரலாற்று ரீதியாகப் பார்த்தால், மனித சமுதாயத்திற்குச் சேவை செய்வது என்பது இந்து சமயத்திற்கும் இந்துக் களுக்கும் அன்னியமானது. இந்து சமயத்தில் பிரதானமாக உள்ளவை சடங்குகளும் ஆசாரங்களுமே. அது கோவில் களின் மதம். மனிதனை நேசிப்பது என்பதற்கு அதில் இடமில்லை. மனிதநேயம் இல்லாமல் சேவைகளை எவ்வாறு ஊக்குவிக்க முடியும்?"

என்று அவதானித்துள்ளார். தமிழ்நாட்டில் பரவிய கிறித்தவத் திற்கும் ஒடுக்கப்பட்ட மக்களுக்கும் இடையிலான உறவை மேற்கூறிய கருத்துகளின் பின்புலத்தில் ஆராய்வது அவசியமான ஒன்று. ஆனால், இது விரிவாக ஆராயவேண்டியதாகும். அம்பேத்கருக்கு முன்னர் தமிழ்நாட்டில், ஆதிதிராவிடர் பிரிவில் பிறந்து 19ஆம் நூற்றாண்டுத் தமிழக அறிஞர்களில் குறிப்பிடத் தக்க ஒருவராக விளங்கியவர் அயோத்திதாசர். கிறித்தவம் குறித்த இவரது கண்ணோட்டத்தை அறிமுகப்படுத்துவதே இக்கட்டுரை.

2

தமிழ்நாட்டில் கிறித்தவம் பரவி வேர்விடத் தொடங்கிய போது இந்துக்கள் தரப்பிலிருந்து இரு வகையான அணுகுமுறை கள் வெளிப்பட்டன.

முதலாவதாக, ஆதிக்கச் சாதியினரின் அணுகுமுறையைக் குறிப்பிடலாம். தம்மால் ஒடுக்கப்பட்ட மக்கள் பிரிவினர் கிறித்தவர்களாகி, கல்விபெற்று, அதன் பயனாக, சிறு வேலை வாய்ப்புகளையும் நல்ல ஆடை போன்ற பண்பாட்டு அடை

யாளங்களையும் பெறுவதைப் பொறுக்க முடியாத நிலையில் கிறித்துவ மதமாற்றத்திற்கு எதிராக இவர்கள் குரல் எழுப்பினர். கிறித்தவ மதமாற்றத்திற்கு எதிராகச் செயல்பட 'சாலைச் சங்கம்', விபூதிச் சங்கம்' போன்ற அமைப்புகளை நிறுவினர்.[2] சில நேரங்களில் கிறித்துவ மறைபரப்பாளர்களுக்கு எதிராக வன்முறையையும் மேற்கொண்டனர்.

இச்செயல்களுக்கு அடிப்படைக் காரணம் அவர்களது மட்டுமீறிய மதப்பற்று என்பதைவிட, ஒடுக்கப்பட்ட மக்களின் சமூக முன்னேற்றம் மீதான காழ்ப்புணர்ச்சியும் குறைந்த கூலிக்கு அடித்தள மக்கள் வேலைசெய்ய வரமாட்டார்கள் என்ற அச்சமும் காரணம் என்று கூறுவது பொருத்தமானதாகும்.

மற்றொருபுறம், ஆதிக்க வகுப்பில் பிறந்து வளர்ந்தாலும், தாம் கற்ற ஆங்கிலக் கல்வியின் வாயிலாகப் பெற்ற ஜனநாயகச் சிந்தனையின் உந்துதலும் மனிதநேய உணர்வும் ஏற்படுத்திய தாக்கத்தின் அடிப்படையில் கிறித்துவ மதமாற்றத்தை சிலர் நோக்கினர். 1891ஆம் ஆண்டு ஜுன் 3 ஆம் நாளிட்ட 'இந்து' ஆங்கில இதழில் வெளியான பின்வரும் செய்தியை இதற்கு எடுத்துக்காட்டாகக் குறிப்பிடலாம் (*Gopalakrishnan, M. 2000: 219*).

"தாழ்த்தப்பட்ட சாதியினரின் நிலையை உயர்த்த, கிறித்தவ மிஷினரிகள் எடுத்துவரும் முயற்சிகள் இந்திய மக்களின் பாராட்டுக்குரியன. இந்தச் சாதியினரின் நிலை மிகவும் மோசமானது. இவர்களைத் தங்களுடைய சமூகத்தின் ஓர் அங்கமாக இந்துக்கள் ஏற்றுக்கொள்வதில்லை. இந்து உயர் சாதியினர், பறையர்களையும் ஏனைய, தாழ்த்தப் பட்ட சாதியினரையும் நடத்துவதைவிட இழிவான மோச மான நிலை வேறு இருக்க முடியாது. முழுமையான அடிமைத் தனத்தைத் தவிர, இந்து மதம் இவர்களுக்கு வேறு எதையும் தரவில்லை. அவர்கள் அந்த அடிமைத் தனத்திற்கு மட்டுமே தகுதியானவர்கள் என்று இந்து மதம் வரையறுக்கிறது. ஆனால் கிறித்தவ மிஷினரிகள் இவர்களை வேறு ஒரு மனப்பாங்கில் நடத்துகிறார்கள். சாதி வேறுபாடுகளின்மேல் கொண்ட வெறுப்பாலும், ஒதுக்கப்பட்ட, கேவலப்படுத்தப் பட்ட இந்த இனத்தினரின்மேல் கொண்ட இரக்கத்தாலும், இந்த மிஷனரிகள் இவர்களைத் தங்களின் ஆதரவின் கீழ் கொண்டுவந்து, இவர்களின் நிலையை உயர்த்தப் பெரிதும் பாடுபட்டிருக்கிறார்கள். தங்களுடைய பள்ளிகளில் இவர் களுக்குக் கல்வி அளிக்கிறார்கள். அவர்களுடைய வாழ்க்கைத் தரம் மேம்பட உதவுகிறார்கள். ஒழுக்கத்திலும் ஆன்மீகத் திலும் அவர்கள் உயர, மத ரீதியாகவும் சிறந்த பயிற்சி

அளிக்கிறார்கள். தங்களுடைய இப்போதைய இழிவான நிலையில் இருந்தும் வறுமையிலிருந்தும் இந்தப் பறையர்கள் விடுபட இந்த மிஷனரிகளின் ஆதரவைத் தவிர வேறு வழி இல்லை. இந்த தாழ்த்தப்பட்ட சாதியினர் மீது அரசாங்கம் அக்கறைகொள்ளச் செய்யும் முயற்சிகளை, இந்த நல்ல மிஷினரிகள் இப்போது மேற்கொண்டுள்ளனர்."

திவான் பகதூர் ஸ்ரீநிவாசராகவய்யங்கார் என்பவர் ஆங்கில அரசுக்கு அளித்த அறிக்கை ஒன்றில் சென்னை மாநிலப் பறையர்களின் முன்னேற்றம் இசுலாமியராகவோ, கிறித்தவ ராகவோ அவர்கள் மாறுவதில்தான் இருக்கிறது என்று எழுதி யுள்ளமையும் இங்கே குறிப்பிடத்தக்கது.[3]

தமிழின் தொடக்ககால நாவலாசிரியர்களுள் ஒருவரான அ. மாதவையா *(1872 – 1925)* தமது கிளாரிந்தா *(1915)*, சத்தியா னந்தன் *(1909)*, முத்து மீனாட்சி *(1903)* ஆகிய நாவல்களிலும் கிறித்தவ மதமாற்றம் குறித்து உடன்பாடான முறையில் சில கருத்துகளை வெளிப்படுத்தியுள்ளார். அதே நேரத்தில் கிறித்தவத் தில் நிலவும் சாதிய வேறுபாடுகளை விமர்சித்தும் உள்ளார்.

3

இவ்வாறு கிறித்தவ மதமாற்றம் குறித்து மாறுபட்ட கருத்து கள் நிலவிவந்த தமிழ்ச் சமூகத்தில் ஒடுக்கப்பட்ட சமூகமான வள்ளுவர்குடியில் தோன்றிய அயோத்திதாசர் 1907இல் தொடங்கி 1914 வரை தாம் நடத்திய தமிழன் என்ற பத்திரிகையில் கிறித்தவம் குறித்தும் கிறித்தவ மதமாற்றம் குறித்தும் தமது கருத்துகளைப் பதிவு செய்துள்ளார். இதற்கு முன்னர் 1870ஆம் இண்டில் 'அத்வைதானந்த சபை' என்ற அமைப்பை உருவாக்கி யிருந்தார் *(தர்மராஜன், 2003, 30—31)*.

இச்சபையின் நோக்கங்கள் பின்வருமாறு:

கிறித்தவ மறைபரப்புப் பணிக்கு எதிரான செயல்பாடுகளை ஒருங்கிணைத்தல்.

அத்வைத மரபின் மூலம் வர்ணாசிரம சாதிய ஒடுக்கு முறைகளுக்கு எதிராகச் செயல்படல். (பின்னர் இக்கருத்து நிலையிலிருந்து அவர் தன்னை விடுவித்துக்கொண்டார்).

தமிழன் பத்திரிகையில் கிறித்தவம் தொடர்பாக அவர் எழுதிய கட்டுரைகளில் 1) கிறித்தவர்களாக மதம் மாறிய தால் ஒடுக்கப்பட்ட மக்களுக்கு ஏற்பட்ட பயன்கள். 2) கிறித்தவத்திற்கும் சாதிக்கும் இடையிலான உறவு

ஆகியன இடம்பெற்றுள்ளன. 1909, மார்ச் 24ஆம் நாளிட்ட தமிழன் இதழில் மோசே என்னும் தீர்க்கதரிசியைக் குறித்து நீண்ட கட்டுரை ஒன்றை அயோத்திதாசர் எழுதியுள்ளார் (அலாய்சியஸ் 1999: 565 – 587). இக்கட்டுரையைப் படிக்கும் போது விவிலியத்தை, குறிப்பாக நற்செய்தி ஏடுகளை அவர் நன்றாகப் படித்திருப்பது தெரியவருகிறது. 1909, ஜனவரி 27 தமிழன் இதழில் கிறீஸ்தவன் என்னும் சொல்லுக்குப் பின்வரு மாறு விளக்கம் தருகிறார் (மேலது 92).

கிறீஸ்தவன் எனுஞ் சிறந்த மொழியானது
அவன் கிறிஸ்து எனும் பொருளைத் தரும்

அதாவது கிறீஸ்துவின் நடையுடை பாவனை ஒழுக்கங் களைப் பின்பற்றியவன் எவனோ அவனே கிறீஸ்து ஆவான் என்பதாம்.

மதம் மாறிய இந்தியக் கிறித்தவர்களை மீண்டும் இந்துக்க ளாக்கும் முயற்சியில் ஈடுபட்ட அமைப்புகளுள் 'ஆரிய சமாஜம்' என்பதும் ஒன்று. கிறித்தவர் ஒருவர் ஆரிய சமாஜத்தில் சேர்ந்ததை விமர்சனம் செய்து 1910 ஜூன் 8 நாளிட்ட தமிழன் இதழில் பின்வருமாறு எழுதியுள்ளார்.

"தலைநோய்க் கண்டவன் தலையணைவுறையை மாற்றிப் போட்டுக்கொள்ளுவதுபோல் இராயப்பனென்பவன் இராஜ கோபாலனென்னும் பெயரை மாற்றிக்கொள்ளுவ தால் உண்டாம் பயன் யாது."

கிறீஸ்தவ சோதிரர்களே, கிறீஸ்துவென்னும் ஒருவர் பிறந்தார், வளர்ந்தார் அனந்த நீதிகளைப் போதித்தா ரென்பதற்கு சரித்திராதாரமுண்டு. அதுபோல் ஆரியரென் பவர் ஒருவர் பிறந்தாரா வளர்ந்தாரா? ஏதேனும் நீதிகளைப் போதித்தாரா, சரித்திரமுண்டா உசாவுங்கள்; தேற உசாவிச் சேருங்கள், சேருங்கள்.

*****

குண்டூரிலிருந்து வி.ஏபிராம் என்பவர்

"நமது நேயராம் கிறீஸ்தவர்கள் கிறீஸ்துவானவர் நமக்காகப் பாடுபட்டார். நம்முடைய பாபங்கள் நீங்கிவிட்டனவென்று கூறுகின்றார்கள். அவர்கள் வாக்கை மறுத்து முன் செய் துள்ள பாவங்கள் நீங்கிவிட்டதா, இனி செய்யும் பாவங் களும் நீங்கிவிடுமாவென்று வினவுங்கால் யாதொரு விடையு மின்றித் திகைக்கின்றார்கள்."

ஆ. சிவசுப்பிரமணியன்

என்று வினாயெழுப்பியிருந்தார். இவ்வினாவை வெளியிட்டு அதற்குப் பின்வரும் விடையை 1910 மார்ச் 2 ஆம் நாளிட்ட தமிழன் இதழில் (அலாய்சியஸ் 1999: 135 – 136) வெளியிட்டுள்ளார்.

"முன் செய்துள்ள பாவத்திற்காக ஒருவர் தோன்றிப் பாடு பட்டாரென்னும் உறுதி உள்ளத்தில் லயிக்குமாயின் பின்னும் பாவங்களுக்காய் மற்றொருவர் தோன்றிப் பாடுபடுவார் என்னும் தைரியத்தால் தினேதினே பாவங்களை அஞ்சாது செய்வதற்காகும்.

ஆதலின் அவரவர்கள் அறியாது செய்த பாவத்திற்காய் ஒருவர் வந்து பாடுபட்டார் என்பது வீண் மொழியேயாம்.

கிறீஸ்து நமக்காகப் பாடுபட்டார் என்னும் மொழியின் அந்தரார்த்தம் யாதெனில், எருசலேமிலுள்ள விவேகிகள் கிறிஸ்துவின் மகத்துவத்தைப் பற்றிப் பேசுங்கால், அவர் தான் கண் கண்ட ஞானத்தின் காட்சியைத் தன்மட்டிலும் அனுபவித்துக்கொள்ளாது கருணைகொண்டு நமக்கும் அந்தப் பேரானந்த ஞானத்தை எட்டி ரட்சிக்க முயன்றபடியால் விவேகமற்றோர்களாகிய சதுசேயரும், பரிசேய ரும் அவரைத் துன்பப்படுத்திக் கொல்ல ஆரம்பித்தார்கள். அதன் செயல் கொண்டு கிறிஸ்து நமக்காகப் பாடுபட்டார் என்று கூறியுள்ளார்கள்.

சாதிபேதமற்ற திராவிடர்களுக்குப் பிராண பிச்சைக் கொடுத்து ஆதரிப்பது பிரிட்டிஷ் துரைத்தனம். கல்வி கொடுத்து காப்பாற்றி வருவது பிரோட்டஸ்டெண்ட் பாதிரிகளின் கருணை. இவ்விரு திறத்தோர் செய்துவரும் நன்றியை மறந்து சாண் தண்ணீரில் மல்லாந்து விழுவது போலும், வெல்லமென்று வாயை நக்குவதுபோலும் சத்துருக்களின் சொற்பப் பிரயோசனத்தை நாடியவர்பாற் சேருவதாயின் உள்ள சுகமும் கெட்டு, கூடிய சீக்கிரத்தில் நாச மடைவோம் என்பது சாத்தியம்."

4

புதுச்சேரியிலுள்ள கத்தோலிக்கத் தேவாலயம் ஒன்றில், பாதிரியார் ஒருவர், ஆதிதிராவிட கிறித்தவர்களை நோக்கி, "நீங்கள் எல்லோரும் தாழ்ந்த சாதியார், உயர்ந்த சாதிக் கிறித்தவர்களுடன் உட்காரக் கூடாது" என்று கூறினார். "இக்கோவிலில் எப்போதும் இல்லாத வழக்கத்தை நீங்கள் ஏற்படுத்துவது நியாயமல்லவே" என்று ஆதிதிராவிடர்கள் கூறியதற்கு அக் குருவின் எதிர்வினை எவ்வாறு இருந்தது என்பதனை,

"குருவானவருக்கு மிக்கக் கோபம் பிறந்து உங்கள் பெண்ணைச் சக்கிலிக்குக் கொடுப்பீர்களா என்று சம்மந்தமும் கோரினாராம். அவ்வார்த்தைக்கும் ஏழைக் கிறித்தவர்கள் கோபிக்காமல் தாழ்ந்த உத்தரவைக் கொடுத்தும் குருவின் கோபம் அடங்காமல் கோவிலுள் செபஞ் செய்துகொண்டிருந்த ஓர் பெண்பிள்ளையின் முதுகில் வலுவாகத் தட்டி அழைத்துக் கொண்டு போய் வெளியில் விட்டுவிட்டாராம்."

என்று 1908 டிசம்பர் 23ஆம் நாளிட்ட தமிழன் இதழில் எழுதியுள்ளார் (அலாய்சியஸ், 1999:93).

ஒடுக்கப்பட்ட மக்களிடையே உட்சாதி உணர்வையூட்டி, பிரித்தாளும் சூழ்ச்சியை மேற்கொண்டு, தமது செயலை நியாயப் படுத்திய பாதிரியாரை அயோத்திதாசர் இவ்வாறு அம்பலப் படுத்தியுள்ளார்.

"ஒரு மனிதன் தங்களை வந்தடுத்து தங்கள் கூட்டத்தில் சேர்ந்தவுடன் பிள்ளை பெறுமாயின் அதற்கு ஞானஸ்நானக் கட்டணத் தொகை, ஆதிவாரந்தோரும் உண்டித் தொகை, அர்ச்சய சிரேஷ்டர்களின் உற்சவத் தொகை, புது நன்மெய், பழைய நன்மெய்த் தொகை, விவாகத்தின் தொகை, பிள்ளையோ, பெரியவரோ இறந்தார்களாயின் குழிக்குத் தொகை, குழிதோண்டுந் தொகை, மணியடிக்குந் தொகை, தூம்பாகுருசுத் தொகை, மீன் மெழுகுவர்த்தி களுதவராது தேன்மெழுகுவர்த்திகள் தொகை மற்று முள்ள தொகைகளையும், கட்டணங்களையும் விவரங் கண்டெழுதின் விரியுமென்றஞ்சி விடுத்துள்ளோம்.

துரைமக்கள் வீடுகளில் ஊழியஞ்செய்யும் அரண்மனை உத்தியோகஸ்தர்களாகுந் திராவிடர்கள் தேகசக்தியிலிருந்து ஊழியஞ் செய்யுமளவும் அவர்களிடத்தில் மேற்கண்டபடி தொகைகளை வசூல் செய்துகொண்டுவந்து அவர்கள் தேகசக்தி ஒடுங்கியவுடன் ஓடுகளைக் கையில்கொடுத்துப் பிச்சையேற்க விட்டுவிடுகிறீர்கள்.

அந்தோ! இத்திராவிடர்கள் கஷ்டத்திற்கும் நஷ்டத்திற்கும் அஞ்சாதவர்கள். கிழவன் கிழவியானபோதிலும் ஒருவரிடஞ் சென்று உதவியென்று, கேழ்க்காமல் விறகுவிற்றேனும், புல்விற்றேனும் ஓரணா சம்பாதித்து சீவிக்கும் ரோஷமுடையவர்கள். இத்தகைய ரோஷமுடையோர் உங்களை அடுத்துக் கண்ட பலன் கைகளில் கப்பரையும், கழுத்தில் மணிகளுமேயானார்கள்.

துரைகள் வீட்டு உத்தியோகங்களைக் கற்றுக்கொள்ளாமல் கைத்தொழிலையேனும், வியாபாரத்தையேனும் கற்றுக் கொண்டிருப்பார்களாயின் உங்களுக்குச் செலுத்த வேண் டிய தொகைகளை மரணபரியந்தஞ் செலுத்தித் தங்களைப் புதைக்குங் குழிக்குத் தொகையைச் செலுத்திவிடுவார்கள்.

சேரிகளின் மத்தியில் ஒவ்வோர் கோவில்களைக் கட்டி, எளிய பேதை மக்களின் கைப்பொருட்களை வேண்டிய வரைக் கவர்ந்து இரக்கமின்றி ஒவ்வொருவர் கைகளிலும் ஓடுகளைக் கொடுத்துவருவதுமின்றி அம்மட்டிலும் விட்டு விடாமல் இவர்களுக்கு ஆயிரத்தி ஐந்நூறு வருடமாக சத்துருக்களாயிருந்து நசித்துவந்த சாதிபேதம் உள்ளோர் களைச் சேர்த்துக்கொண்டு, நீங்கள் கிறிஸ்துவக் கூட்டத்தில் சேர்ந்தபோதிலும் முதலியார் முதலியாராயிருக்கலாம், நாயக்கர் நாயக்கராயிருக்கலாம், செட்டியார் செட்டியாரா யிருக்கலாம், சந்தனப் பொட்டு வைக்க வேண்டுமானால் சந்தனக் கட்டையை விஞ்சாரித்துக் கொடுத்துவிடுவோம். குங்குமப் பொட்டு வைக்கவேண்டுமானால் குங்குமம் விஞ்சாரித்துக் கொடுத்துவிடுவோம். எங்களுக்குச் சேர வேண்டிய தொகைகள் மட்டிலும் சரிவரச் சேர்த்து விட்டால் போதும் என்று உயர்த்திக்கொண்டு ஆதியில் கிறீஸ்து மதத்தை அடுத்து எங்கும் பரவச் செய்த ஏழை மக்களை எதிரிகளிடம் இரக்கமில்லாமல் காட்டிக் கொடுத்து, இவர்கள் பழைய கிறித்தவர்கள் அல்ல, பறை கிறித்தவர்கள் என்று தாழ்த்தி மனங்குன்றி நாணமடையச் செய்துவிட்டீர் கள். இதுதானே உங்களை நம்பிய பலன், இதுதானே உங்களை அடுத்த பிரயோசனம், இதுதானே துக்கநிவர்த்திப் பெற்று மோட்சத்திற்குப் போகும் வழி, இதுதானே கிறிஸ்து மதப் போதகர்களின் அன்பு. இங்கிலீஷ் துரைத்தனம் இதுவரையில் இல்லாமல் இருக்குமாயின் சத்துருக்களால் முக்கால் பாகம் நசிந்து உள்ள கால்பாகமும் உங்களால் ஓடெடுத்துக்கொண்டே நசிந்திருப்பார்கள்."

பறையர் சமூகத்தினரை முன்னேற்றுகிறோம் என்று கூறி அவர்களைக் கிறித்தவ மிஷனரிகள் வஞ்சிக்கிறார்கள் என்ற கருத்தை,

"மிஷனெரிகளென்போர் ஏழைப் பறையரென்போர்களைப் படங்கள் பிடித்து மேல்நாட்டிற்குக் கொண்டுபோய் அவ்விடமுள்ள பிரபுக்களுக்குக் காண்பித்து அவர்களை விருத்தி செய்கின்றோமென்று வேண்டிய திரவியங்களைச் சேகரித்து வந்து கல்விச் சாலைகளை ஏற்படுத்தி, ஏழைப் பறையர்களிடம் சம்பளமும் பெற்றுக்கொண்டு சேகரித்து

வந்த பணத்தால் பெரிய சாதிகளென்போர்களைக் கிறித்தவர்களாக்கி அவர்களுக்கு உதவி செய்துகொண்டு பறையரென்போர்களைக் கவனிக்காமல், வண்டிக் குதிரை வைத்துக்கொண்டு தங்கள் சுகத்தை விருத்தி செய்து கொள் கிறார்கள்."

என்று 1907 நவம்பர் 20ஆம் நாள் தமிழன் இதழில் எழுதியுள்ளார் (அலாய்சியஸ், 2003–5). 'சாதியானது இந்து மதத்தின் ஆதார மூச்சாகச் சந்தேகத்திற்கு இடமின்றி அமைந்துள்ளது. ஆனால், இந்துக்கள் காற்றை அசுத்தமாக்கியதால் சீக்கியர்கள், இஸ்லாமியர்கள், கிறித்தவர்கள் என அனைவரும் பாதிக்கப் பட்டிருக்கிறார்கள்' என்பார் அம்பேத்கர். இக்கூற்றுக்கேற்ப சாதியத்தை உள்வாங்கிய கிறித்தவர்களை 'அரைக் கிறித்தவர்கள்' என்று பெயரிட்டு அழைக்கிறார். இவ்வாறு பெயரிட்டமைக்கு அவர் தரும் விளக்கம் வருமாறு:

"சாதியாசாரமும், சமயவாசாரமும் விடுவதில்லை யென்றால் அவனுக்குக் கிறித்தவனென்னும் பெயர் பொருந்தவே பொருந்தாது ... மநுதன்ம சாஸ்திரக் கட்டுப் பாடும் வேண்டும் சாதியாசாரமும் வேண்டுமென்பதில் அரை இந்துவாகவும் கிறித்துவமத ஆசாரமும் வேண்டு மென்பதில் அரைக் கிறித்தவனாகவும் விளங்குகின்றார்.

"கீற்றில் வேண்டாம் சாற்றில் வாருங்கோ"வென்னும் பழமொழிக்கிணங்க நான் கிறித்தவனாக்கிவிட்டேன். இந்துக்களது மதாசாரம் வேண்டாம் சாதியாசாரம் மட்டும் வேண்டுமென்பதில் அவர் சாதியில் இந்துவும், மதத்தில் கிறித்தவனுமாயிருக்கின்றார். ஆதலின் அவரை அரைக்கிறித்தவனென்பதே துணிபாம்." (அலாய்சியஸ், 2003: 38—39).

கிறித்தவம் சாதியை ஏற்றுக்கொள்ளலாமா என்ற விவாதம் எழுந்தபோது அயோத்திதாசர் பின்வரும் கருத்தை முன்வைத் துள்ளார்.

"சாதியை உண்டுசெய்தவர்களே சாதிகளை ஒழித்துக் கொண்டு வரும்போது சாதி நாற்றமில்லாமல் இத்தேசத் திற்கு வந்துள்ள கிறீஸ்து மதத்தில் சாதி வைக்கலாமா வைக்கலாகாதா என்று ஆலோசிப்பது விந்தையே.

கிறிஸ்துவர்களுக்குள்ளும் தீண்டப்படும் கிறீஸ்தவர்கள், தீண்டப்படா கிறீஸ்துவர்களுமுண்டோ. கிறீஸ்து வந்து நடுத்தீர்வையளிக்குங்கால் எந்தக் கிறித்தவர்களை வலப் புறத்திலும், எந்தக் கிறித்தவரை இடப்புறத்திலும்

வைப்பாரோ தெரியவில்லை. வேண்டுமென்னுங் கெட்ட எண்ணத்தால் ஓர் பெருங்கூட்டத்தோரை தீண்டாதவர்களென்றும், தாழ்ந்த சாதியோரென்றும் கூறி மனத்தாங்கல் உண்டாக்கிவரும் துற்கருமப் பலனானது இவ்வுலகத்திலும் விடாது, நடுத்தீர்வையிலும் விடாதென்பது சத்தியம்.

கிறிஸ்துவின் சத்தியமொழி "தாழ்த்தப்பட்டவன் உயர்த்தப்படுவான்".

அயோத்திதாசரைப் போன்றே அம்பேத்கரும் கிறித்தவத்தின் முக்கியக் குறைபாடாக அதன் சாதியச் சார்பைக் கண்டுள்ளார். இந்தியாவில் கிறித்தவ மதத்தின் வளர்ச்சியை மட்டுப்படுத்தியதாக, மூன்று காரணங்களை அவர் குறிப்பிட்டுள்ளார்.

முதலாவது, ஐரோப்பியர்களின் ஒழுக்கக்கேடான நடத்தை.

இரண்டாவதாக, கத்தோலிக்கம், கத்தோலிக்கமல்லாத கிறித்தவப் பிரிவுகளுக்கிடையில் மதமாற்றத்தை மையமாகக் கொண்டு நிகழ்ந்த போராட்டங்கள்.

மூன்றாவதாக, உயர் வகுப்பினரை மதமாற்றிவிட்டால், ஏனைய வகுப்பினரை மதமாற்றுவது எளிது என நம்பியது.

அம்பேத்கர் (1997: 486—509) குறிப்பிடும் மூன்றாவது காரணம் சாதியுடன் சமரசம் செய்துகொள்ளும்படி கிறித்தவ மறைபணியாளர்களைத் தூண்டியது. கத்தோலிக்கமானாலும், சீர்திருத்தக் கிறித்தவமானாலும், சாதிய மேலாண்மையை அனுசரித்தே செயல்பட்டன. சில நேரங்களில் இவ்வணுகுமுறை மிகவும் வெளிப்படையாகவும் அருவருக்கத்தக்க முறையிலும் வெளிப்பட்டது. 1841 வாக்கில் ராபர்ட் நோபிள் என்ற மறைபணியாளர் மசூலிப்பட்டணத்தில் பணிபுரிந்தபோது அவர் மேற்கொண்ட செயல்களை அம்பேத்கர் (1997:549—550) பின்வருமாறு குறிப்பிட்டுள்ளார்.

பறையர்கள், தோல் பதனிடும் தொழிலாளர்கள், தெருச் சுத்தம் செய்யும் தோட்டிகள் ஆகியவர்களை அவர் பள்ளியில் சேர்த்துக்கொள்வதில்லை என்ற விதியைக் கடைப்பிடித்தார்.

மேலும் தமது செயலை நியாயப்படுத்தும் வகையில் இங்கிலாந்தில் தெய்வ பக்தியுள்ள பெற்றோர்கள் தங்களது பிள்ளைகளைச் சமையல்காரர், பணிப்பெண்கள் ஆகியோருடன் சேர்ந்து கல்வி கற்பதை அனுமதிக்கமாட்டார்கள் என்று குறிப்பிட்டார்.[3] இறுதியாக,

"ஏசுநாதரின் போதனையைக் கற்றுக்கொடுப்பதற்கு முன், பிராமணர்கள் பறையர்களோடும் தோட்டிகளோடும்

அதே வகுப்பில் உட்காரவேண்டுமென்று கோருவது சரியென்று நான் நினைக்க முடியாது. அவ்வாறு கோருவது நியாயமற்றதும் கிறித்தவத் தன்மையற்றதுமாகும்" என்று குறிப்பிட்டார்.

கிறித்தவர் மிஷினரிகளின் இத்தகைய மனோநிலையை அறிந்திருந்த அம்பேத்கரை, 1936ஆம் ஆண்டில் சீர்திருத்தக் கிறித்தவச் சபையின் பிஷப் அசரியா சந்தித்து உரையாடினார். இச்சந்திப்பில் அவருக்கு ஏற்பட்ட அனுபவத்தை அவரது வரலாற்றை எழுதிய சூசன் பில்லிங்டன் ஹார்பெர் (2000:312 – 330) குறிப்பிட்டுள்ளார். தம்மிடம் உரையாடிக்கொண்டிருந்த அசரியாவை நோக்கி,

"நாங்கள் (தீண்டத்தகாதவர்கள்) கிறித்தவர்களாக மாறினால் எங்கு வாழ்ந்தாலும் ஒரே திருச்சபையாக ஒன்றுபட்டிருப் போமா?"

"எல்லா வகையான சாதியப் பாகுபாடுகளிலிருந்தும் நாங்கள் விடுபட்டிருப்போமா?"

என்று கேட்டார். 'இதுபோன்று ஒருபோதும் என் வாழ்நாளில் நான் அவமானப்பட்டதில்லை. இவ்விரு கேள்விகளுக்கும் "ஆம்" என்று என்னால் பதில் அளிக்க முடியாததால் வெட்கக் கேடான நிலையில் திரும்பி வரத்தான் என்னால் முடிந்தது' என்று அசரியா கூறியதாக சூசன் பில்லிங்டன் எழுதியுள்ளார். அசரியா மட்டுமல்ல, எந்தக் கிறித்தவத் திருச்சபையின் அதிகாரிகளும் அம்பேத்கரின் இவ்விரு வினாக்களுக்கும் 'ஆம்' என்று விடையளிக்க முடியாது என்பது எதார்த்தமான ஒன்று.

அம்பேத்கர், அசரியா ஆகிய இருவருக்கும் இடையில் நிகழ்ந்த இவ்வுரையாடலின் பின்புலத்தில் கிறித்தவம் குறித்த அயோத்திதாசரின் கடுமையான விமர்சனங்களை நோக்கினால் அவரது அணுகுமுறையை மறுக்க இயலாது.

5

கிறித்தவ சமய அமைப்பிற்கு வெளியே நின்றவாறு, தன்னை ஒரு பூர்வீக பௌத்தராக அடையாளப்படுத்திக்கொண்டு, கிறித்தவ சமயத்திற்குள் செயல்படும் சாதிய மேலாண்மையை யும் அங்கு நிலவும் தீண்டாமையையும் அயோத்திதாசர் வெளிப் படுத்தியுள்ளார். இதன் அடிப்படையில் அவர் கூற்று எந்த அளவுக்கு நேர்மையானதாக இருக்கும் என்ற ஐயம் சிலருக்கு ஏற்படலாம். இதைப் போக்கும் வகையில் 1927 இல் தென்னிந்தியா விற்கு வந்த சைமன் கமிஷனிடம் "தென்னிந்தியாவின் தாழ்த்தப்

பட்ட வகுப்பினர் கொடுத்த மனுவில், கிறித்தவத் தலித்துகளின் நிலை குறித்த செய்திகள் இடம்பெற்றுள்ளன (அம்பேத்கர் 1997: 526—528). இம்மனுவிலிருந்து எடுத்துக்காட்டாக, சில பகுதிகளைப் படித்தாலே அயோத்திதாசரின் எழுத்துகள் உண்மை யானவை என்பதை அறிந்துகொள்ளலாம்.

“மத அடிப்படையில் நாங்கள் கிறித்தவர்கள் – ரோமன் கத்தோலிக்கர்களும் புரோடெஸ்டெண்டுகளும் சென்னை மாகாணத்தில் உள்ள இந்தியக் கிறித்தவர்களின் மொத்த எண்ணிக்கையில் தாழ்த்தப்பட்ட வகுப்பினரிடையே இருந்து மாறியவர்கள் சுமார் 60 சதவிகிதமாக உள்ளனர்.

கிறித்தவ சமயப் பரப்பாளர்களின் அலட்சியப் போக்கு, அதிகாரமின்மை, அக்கறை இன்மை ஆகியவையும் சேர்ந்து, கிறித்தவர்களாக ஆவதற்கு முன்பு நாங்கள் எந்நிலையில் இருந்தோமோ அதே நிலையில்தான் இன்றும் எங்களை வைத்துள்ளன. அதாவது தீண்டப்படாதவர்களாக, நாட்டில் நிலவும் சமுதாயச் சட்டங்களால் கேவலமான முறையில் நடத்தப்படுபவர்களாக, சாதிக் கிறித்தவர்களால் நிராகரிக்கப் பட்டவர்களாக, சாதி இந்துக்களால் வெறுக்கப்படுபவர் களாக, எங்களது சொந்த இந்துமதத் தாழ்த்தப்பட்ட சகோதரர்களால் ஒதுக்கப் பட்டவர்களாக இருந்துவரு கிறோம்.”

கிறித்தவ சமயத்தின் அடிப்படைக் கோட்பாடுகளையே மறுத்து, நேசம், தர்ம சிந்தனை, சகோதரத்துவம் ஆகிய வற்றிற்கு மாறாக எங்கள் ‘சக கிறித்தவர்கள்’ மாதா கோவில் களில் கூட எங்களைத் தீண்டப்படாதவர்களாகவும் அணுகாதவர்களாகவும் நடத்துகின்றனர்; முன் இடத்தி லிருந்து பின்னுக்குத் தள்ளி எங்களுக்குத் தனி இடம் ஒதுக்கி, அதை அவர்கள் பகுதியிலிருந்து இரும்புகளாலோ சுவர்களாலோ தடுப்பு எழுப்புகின்றனர். அத்தகைய மாதா கோவில்கள் பல உள்ளன.

“புனிதச் சடங்கு நிகழ்ச்சியின்போது, தீட்டைத் தவிர்ப்ப தற்காக மிகவும் கேலிக்கிடமான முறையில் நாங்கள் ஒதுக்கி வைக்கப்படுகிறோம். அவர்கள் உயர்ந்த இடத்தைப் பெறு கிறார்கள்; இந்து உயர் ஜாதியினர் இந்து தாழ்த்தப்பட்ட பிரிவினரை எவ்வாறு நடத்துகின்றனரோ அவ்வாறே இந்த சாதிக் கிறித்தவர்களும் கிறித்தவ தாழ்த்தப் பட்ட பகுதி யினரையும் நடத்துகின்றனர்.”

சைமன் கமிஷனிடம் தென்னிந்தியாவின் தாழ்த்தப்பட்ட வகுப்பினர் தந்த மனுவில் இடம்பெற்றுள்ள மேற்கூறிய செய்தி களை எடுத்துக்காட்டிவிட்டு ‘இது கடுமையான குற்றச்சாட்

டாகும்' என்று குறிப்பிடும் அம்பேத்கர் பின்வரும் விமர்சனங் களை முன்வைக்கிறார்.

"கிறித்தவ மதத்திற்கு மாறியவர்களிடையே சாதி உணர்வைப் போக்குவதில் கிறித்தவ சமயம் வெற்றிபெறவில்லை என்பதுதான் உண்மை.

இந்துக்களின் வாழ்க்கையில் போன்றே கிறித்தவர்கள் வாழ்விலும் சாதிதான் ஆதிக்கம் செலுத்துகிறது என்பதை மறுக்கமுடியாது.

இந்துக்கள் போலவே இவர்களும் சாதியின் கோரப்பிடியில் சிக்கி உழல்கிறார்கள்."

அம்பேத்கரின் மேற்கூறிய விமர்சனத்தை ஒத்ததுதான் அயோத்திதாசரின் விமர்சனமும். கிறித்தவம் பற்றி அவர் கூறியுள்ள கருத்துகளையும் விமர்சனங்களையும் ஒருசேரத் தொகுத்து நோக்கும்போது பின்வரும் முடிவுகளுக்கு வரலாம்.

1) கிறித்தவர்களின் சமூகப் பணியை, குறிப்பாகத் தலித்து களுக்குக் கல்வி வழங்கியதை அவர் மதித்துப் பாராட்டியுள்ளார்.

2) தமிழ்நாட்டின் படித்த அறிவாளிகள் சிலரைப் போல் ஒடுக்கப்பட்ட மக்களின் முன்னேற்றத்திற்குக் கிறித்தவ மத மாற்றத்தை அவர் பரிந்துரைக்கவில்லை.

3) அதே நேரத்தில் இந்து சமயக் கண்ணோட்டத்தின் அடிப் படையில் மதமாற்றத்தை எதிர்க்கவும் இல்லை.

4) அவர் காலத்தில் நிலவிய கிறித்தவ மதமாற்றத்தைக் குறித்த இவ்விரு அணுகுமுறைகளுக்கும் மாறாக ஒடுக்கப்பட்டவர் களின் கண்ணோட்டத்தில் கிறித்தவ மதமாற்றத்தை அவர் அணுகியுள்ளார்.

5) இதன் அடிப்படையிலேயே சாதியத்தை உள்வாங்கிய தமிழ் நாட்டுக் கிறித்தவத்தை அவரால் ஏற்றுக்கொள்ள முடிய வில்லை.

6) காணிக்கை என்ற பெயரில் ஏழைக் கிறித்தவரிடமிருந்து பல்வேறு பெயர்களில் பணம் வாங்குவதையும் கண்டித்துள் ளார்.

"இந்தியக் கிறித்தவர்கள்பால் நான் ஆழமான அக்கறை கொண்டிருக்கிறேன்; ஏனெனில், அவர்களில் மிகப் பெரும் பான்மையினர் தீண்டப்படாத சாதிகளிலிருந்து ஈர்க்கப் பட்டவர்கள். நான் செய்துள்ள விமர்சனங்கள், நண்பனின் விமர்சனங்களேயன்றி ஒரு எதிராளியின் விமர்சனங்கள்

அல்ல. அவர்களின் குறைகளை அவர்களது கவனத்திற்குக் கொண்டுவந்ததற்குக் காரணம் அவர்கள் பலமுடையவர்களாக இருக்கவேண்டுமென்று நான் விரும்புவதால்தான்."

என்று இந்தியக் கிறித்தவம் குறித்த தமது விமர்சனக் கட்டுரை ஒன்றின் இறுதியில் அம்பேத்கர் (1997:561) குறிப்பிட்டுள்ளார். தமிழ்நாட்டுக் கிறித்தவம் குறித்த அயோத்திதாசரின் விமர்சனமும் இத்தகையதுதான் என்பதில் ஐயமில்லை.

அடிக்குறிப்பு

1. C.M.S.   - Church Missionary Society
    S.P.G.   - Society for the Propagation of the Gospel
    A.M.M.   - American Madurai Mission

2. 1840 ஆம் ஆண்டு திருநெல்வேலி மாவட்டத்தில் விபூதிச்சங்கம் என்ற அமைப்பைப் பல்வேறு சாதியினரும் இணைந்து உருவாக்கினர். திருச்செந்தூர், ஆழ்வார்திருநகரி என்ற ஊர்களில் செயல்பட்ட இவ்வமைப்பைச் சார்ந்தவர்கள் கிறித்தவர்களாக மதம் மாறியவர்கள் மீது திருநீறைப் பலவந்தமாகப் பூசினர். சைவம், ஸ்மார்த்தம், வைஷ்ணவம், மத்துவம் ஆகிய நான்கு பிரிவினரையும் ஒன்றிணைத்து உருவாக்கப்பட்ட 'சதுர்வேத சித்தாந்த சபை' என்ற அமைப்பு சென்னையைத் தலைமை இடமாகக்கொண்டு செயல்பட்டது. 'கிறிஸ்து மதக்கண்டனம்' 'மெய்யான போதம்' போன்ற கிறித்தவத்திற்கு எதிரான துண்டு நூல்களை வெளியிட்டது. (Hugald Grafe, 1990 158).

3. மத மாற்றம் குறித்த ஸ்ரீநிவாசராகவய்யங்காரின் இக்கருத்தை மறுத்துக் கடிதம் ஒன்றை அயோத்திதாசர் அவருக்கு எழுதியுள்ளார். அதில் கிறித்தவத்தில் நிலவும் தீண்டாமைக் கருத்தியலை வெளிப்படுத்தியுள்ளார் (அலாய்சியஸ், 1999 ஏ 4–8).

4. இத்தகைய கருத்தைத்தான் அன்னிபெசன்டும் கொண்டிருந்தார். இங்கிலாந்தின் ஏழை மக்களுக்கான 'கந்தல் பள்ளிகள்' போன்று இங்கும் உருவாக்கி அதில் ஒடுக்கப்பட்டவர்களின் பிள்ளைகள் பயிலச் செய்யவேண்டும் என்று எழுதியுள்ளார். இது குறித்த விரிவான செய்திகளுக்கு அம்பேத்கர் நூல் தொகுதி வரிசையில் 16ஆம் தொகுதியைப் பார்க்கவும் (பக்.6—12).

துணைநூல் பட்டியல்

அம்பேத்கர் *1997* டாக்டர் பாபாசாகேப் அம்பேத்கர்: பேச்சும் எழுத்தும் தொகுதி – *10*

அலாய்சியஸ், ஞான. *1999*, அயோத்திதாசர் சிந்தனைகள் தொகுதி – I.

அலாய்சியஸ், ஞான. *1999* A, அயோத்திதாசர் சிந்தனைகள் தொகுதி – II.

அலாய்சியஸ், ஞான. *2003*, அயோத்திதாசர் சிந்தனைகள் தொகுதி – III.

தர்மராஜன், டி. 2003. நான் பூர்வ பௌத்தன்.

Gopalakrishnan, M 2000, *Gazetteers of India Tamilnadu State, Kancheepuram and Tiruvalluvar Districts,* Vol. I

Hugald Grafe, 1990, *History of Christianity in India*, Vol. IV, Part, K.

புதுவிசை 2006

6

கத்தோலிக்க ஆவணங்களும் தமிழக சமூக வரலாறும்

தமிழ்நாட்டில் கத்தோலிக்கம்

16ஆம் நூற்றாண்டில் அராபிய மூர்களிடமிருந்து தம்மைப் பாதுகாத்துக்கொள்ள, கொச்சியிலிருந்த போர்ச்சுக்கீசியரின் உதவியை முத்துக்குளித்துறையில்* வாழ்ந்த பரதவர்கள் நாடினர். கே.எம். பணிக்கர் கூறுவது போல் 'ஒரு கையில் வாளுடனும் மற்றொரு கையில் சிலுவையுடனும் வந்த போர்ச்சுக்கீசியர்கள்' மூர்களிடமிருந்து பரதவர்களைக் காப்பாற்றியதுடன் அவர்களைக் கத்தோலிக்கர்களாகவும் மாற்றினர்.

இச்சாதியினர், தொழிலடிப்படையில் ஒரு குழுமமாக (Community) இருந்ததாலும் குறிப்பிடத்தகுந்த எண்ணிக்கையில் முத்துக்குளித்துறையின் கடற்கரைக் கிராமங்களில் வாழ்ந்ததாலும் இவர்களின் சமய மாற்றம் போர்ச்சுக்கீசியக் காலனி ஆட்சியாளர்களின் கரங்களைப் பலப்படுத்தியது. இப்பகுதியை மையமாக வைத்தே முத்துக்குளித்துறை மறைத்தளம் (Pearl fishery coast mission) என்ற மறைத்தளத்தை உருவாக்கினர்.

பரதவர் என்ற சாதியினருக்கு, சமூகப் பாதுகாப் பளித்த ஒரு நிறுவனமாக அறிமுகமாகி தமிழகத்தின் கடற்கரைப் பகுதியில் காலூன்றிய கத்தோலிக்கம், தன் செயல்பாடுகளை உள் நாட்டுப் பகுதிக்கும் படிப்படியாக விரிவுபடுத்தியது. இதன் முதற்படியாக கி.பி. 1606 இல்

---

* இராமேஸ்வரம் தொடங்கி கன்னியாகுமரி வரையிலான கடற்கரைப் பகுதி

மதுரை மறைத்தளம் (Madura Mission) என்ற மறைத்தளத்தையும் அமைத்தனர். தம் சமயத்தைப் பரப்புவதை அடிப்படை நோக்கமாகக்கொண்டு போர்ச்சுக்கல், இத்தாலி, ஸ்பெயின், பிரான்சு ஆகிய ஐரோப்பிய நாடுகளிலிருந்து துறவிகள் பலர் இவ்விரு மறைத்தளங்களிலும் பணியாற்ற வந்தனர்.

கத்தோலிக்க ஆவணங்கள்

இவ்வாறு பணியாற்றவந்த கத்தோலிக்கக் குருக்களும் துறவிகளும் தம் சமயப்பணித் தொடர்பாகப் பல்வேறு ஆவணங்களை உருவாக்கினர். முறைப்படுத்தப்பட்ட, கட்டுப்பாடான ஒரு நிறுவன சமயம் என்ற அடிப்படையில், திருமுழுக்கு – திருமணம் – இறப்பு தொடர்பான ஆவணங்களைப் பராமரிக்க வேண்டிய கட்டாயம் இவர்களுக்கு இருந்தது. அத்துடன் தாம் சார்ந்திருக்கும் துறவற சபையின் உயர்நிலை அதிகாரிகட்கும் நிதி உதவி செய்யும் மன்னர்கட்கும் வத்திகனில் இருந்த போப்பிற்கும் ஐரோப்பாவிலிருந்த தம் குடும்பத்தினர், நண்பர்களுக்கும் அவ்வப்போது கடிதங்களும் அறிக்கைகளும் அனுப்புவது இவர்களின் வழக்கமாயிருந்தது. தமக்கு முற்றிலும் பழக்கமில்லாத ஒரு பண்பாட்டுச் சூழலில் வாழநேர்ந்த இவர்கள் தாம் அவதானித்து அறிந்தவற்றை தம் கடிதங்களிலும் அறிக்கைகளிலும் எழுதி அனுப்பினர். இன்னும் சிலர் தம் நாட்குறிப்புகளில் அவற்றைப் பதிவுசெய்தனர். இதுவே, கத்தோலிக்க ஆவணங்கள் தமிழ்நாட்டில் உருவானதன் தொடக்கமாகும்.

மேலும் அவர்கள் உருவாக்கிய மருத்துவமனைகள், கிறித்தவப் பள்ளிகள் தொடர்பான ஆவணங்களும் கத்தோலிக்க சமயம் சார்ந்த நூல் வெளியீடுகளும் பல்வேறு சமூக வரலாற்றுச் செய்திகளை உள்ளடக்கியுள்ளன.

மேற்கூறிய ஆவணங்களுள் மிகவும் முக்கியமாக அமைவது சேசுசபையினர் எழுதிய கடிதங்களாகும்.

சேசு சபையை நிறுவிய இக்னேஷியஸ் லயோலா, சபையின் உறுப்பினர்கள் கடிதம் எழுதுவதை வலியுறுத்தியதுடன் அதைச் சபையின் விதிகளில் ஒன்றாகவும் ஆக்கினார். இதன் அடிப்படையில் சேசு சபையினர் வாழும் இல்லம் ஒவ்வொன்றிலுமிருந்தும் நான்கு மாதங்களுக்கு ஒரு முறை கடிதம் எழுதவேண்டும். இக்கடிதத்தில் நான்கு மாதங்களில் நடந்த நிகழ்ச்சிகள் பதிவு செய்யப்பட்டிருக்கும். இதனால் பல்வேறு பகுதிகளில் செயல்படும் சேசு சபையினரது வாழ்க்கைச் சூழலையும் பணி முறைகளையும் ரோமிலுள்ள தலைமைக் குருக்கள் அறிந்துகொள்ள முடியும். சமய நிகழ்ச்சிகளை மட்டுமின்றி தாம் வாழும் பகுதியின் அரசியல் நிலவரங்களையும் தம் கடிதங்களில் சேசு சபையினர்

ஆ. சிவசுப்பிரமணியன்

பதிவு செய்தனர். இக்கடிதங்கள் எவ்வாறு அமைய வேண்டும் என்பதையும் இக்னேஷியஸ் லயோலா வரையறுத்துள்ளார். இதை கஸ்பார் பெர்ஸி என்பவருக்கு 1554இல் பிப்ரவரி 24இல் அவர் எழுதிய கடிதத்தின் வாயிலாக அறிகிறோம். அதன்படி,

> "உங்கள் கடிதங்களில் பொதுநலன்கள் தொடர்பான செய்திகள் அதிக அளவிலும் சபையின் உறுப்பினர்கள் பற்றிய செய்திகள் குறைவான அளவிலும் இருப்பது நல்லது... ரோமிலிருக்கும் முக்கிய பெரியவர்கள், இந்தியாவிலிருந்து வரும் கடிதங்களை ஆர்வத்துடன் படிக்கின்றனர். நமது சகோதரர்கள் தாம் பணியாற்றும் பகுதியின் புவியியல் குறித்தும் எழுதவேண்டுமென அவர்கள் வலியுறுத்துகின்றனர். எடுத்துக்காட்டாக, அங்கு கோடைகாலமும் குளிர்காலமும் எவ்வளவு நாட்கள் நீடிக்கின்றன. கோடைகாலம் எப்பொழுது தொடங்குகின்றது. நிழல்கள் இடமாகவா அல்லது வலமாகவா நகர்கின்றது? என்பனவற்றையெல்லாம் அவர்கள் அறிய விரும்புகின்றனர். இறுதியாக, வேறுபாடான முறையில் தோற்றமளிக்கும் வேறு பல செய்திகளையும், சான்றாக, விலங்குகள் பற்றிய விவரங்களையும் நாம் அறிந்திராத பெரிய உருவம்கொண்ட தாவரங்கள் குறித்தும் கடிதங்களில் குறிப்பிடட்டும்." *(Afonso 1969;14)*

இவ்வாறு, கடிதம் எழுதுவதில் பயிற்சி அளிக்கப்பட்ட தொடக்கால சேசு சபையினர், தமிழ்நாட்டில் பதினாறாம் நூற்றாண்டிலேயே பணிபுரியத் தொடங்கினர். பதினாறாம் நூற்றாண்டில் செஞ்சி, தஞ்சை, மதுரை ஆகிய மூன்று ஊர்களையும் தலைநகராகக்கொண்டு நாயக்க மன்னர்களின் ஆட்சி நடைபெற்றுவந்தது. இன்றைய குமரி மாவட்டப் பகுதியிலும் அதையொட்டிய நெல்லை மாவட்டப் பகுதியிலும் கேரள மன்னர்களின் ஆட்சி நிகழ்ந்தது. விஜயநகரப் பேரரசு உருவாக்கிய பாளையக்காரர்களின் ஆட்சி பரவலாக ஆங்காங்கே நிகழ்ந்து வந்தது. இராமேஸ்வரம் தொடங்கி கன்னியாகுமரி வரையிலான கடற்கரைப் பகுதிகளில் போர்ச்சுக்கீசியரின் ஆட்சி நடந்தது. இத்தகைய அரசியல் சூழலில் பணியாற்றிய தொடக்க கால சேசு சபையினர் பல அரசியல் செய்திகளையும் சமூக நிகழ்வுகளையும் தம் கடிதங்களில் எழுதியுள்ளனர். சான்றாக ஒரு செய்தியைக் குறிப்பிடலாம்.

விஜயநகரப் பேரரசின் கட்டுப்பாட்டிற்குட்பட்டு, மதுரை, தஞ்சாவூர், செஞ்சி ஆகிய நகரங்களைத் தலைநகர்களாகக் கொண்டு தமிழ்நாட்டில் 16, 17ஆவது நூற்றாண்டுகளில் நாயக்க மன்னர்களின் ஆட்சி நடந்துவந்தது. மதுரை நாயக்க மன்னர்களில் குறிப்பிடத்தக்கவரான திருமலை நாயக்கர் ஆட்சியில்

நிகழ்ந்த முக்கிய அரசியல் நிகழ்ச்சி ஒன்றை, பல்தார் டி கோஸ்ட்டா என்ற சேசு சபைத் துறவி போர்ச்சுக்கீசிய மொழியில் தாம் எழுதிய கடிதம் ஒன்றில் பதிவு செய்துள்ளார்.

திருமலை நாயக்கர் மதுரையை ஆண்டுகொண்டிருக்கும் போது மூன்றாம் ஸ்ரீரங்கன் என்பவன் விஜயநகர மன்னனாக இருந்தான். வயதில் இளைஞனாகவும் குடிப்பழக்கம் உடையவ னாகவும் இருந்த அவனுக்கு அடங்கி இருக்க திருமலை நாயக்கர் விரும்பவில்லை. அதிகாரப்பூர்வமாக முடிசூட்டு நிகழ்வு நடை பெறாத நிலையில், அவனுக்கு எதிராக மூன்று நாயக்க மன்னர் களும் இணைந்து அவனைத் தாக்கி வேறொருவனை மன்ன னாக்க வேண்டுமென்று தஞ்சை, செஞ்சி, நாயக்கர்களிடம் திருமலை நாயக்கர் கூறினார். இது நிறைவேறாத நிலையில் அவரது தலைநகரான மதுரையை பிரமலைக் கள்ளர்கள் கைப்பற்றிக்கொண்டனர்.

மூன்றாம் ஸ்ரீரங்கனின் துணையுடன் மதுரையைத் திருமலைநாயக்கர் மீட்டார். மதுரையை மீட்டதும், அவர் களுக்குத் துணைநின்ற பிராமணர் ஒருவரின் கண்களைப் பிடுங்கி எறிந்ததுடன் அவரின் பூணூலையும் அறுத்தெறித்தார். பின் முகத்தில் வழியும்படி மலச்சட்டியைத் தலையில் சுமக்கச் செய்ததுடன் கழுதை மேலேற்றி ஊர்வலமாக வரச்செய்து சிறையிலடைத்தார். சில மாதங்கள் கழித்து சிறைச்சுவரில் கன்னமிட்டு, அப்பிராமணரைப் பிரமலைக் கள்ளர்கள் மீட்டுச் சென்றனர். இது போன்று தமிழ்நாட்டின் சமூக, அரசியல், பண்பாட்டுச் செய்திகளைக் கூறும் தன்மையில் சேசுசபைக் கடிதங்கள் பல அமைந்துள்ளன.

சமயக் குருக்களால் உருவாக்கப்பட்ட மேற்கூறிய ஆவணங் களைத் தவிர பொதுநிலையினரான கத்தோலிக்கர்கள் உரு வாக்கிய ஆவணங்களும் உள்ளன. "ஒரு பங்கின் (*Parish*) குருவானவர் நீதிபதியாகவும், மேயராகவும், ஆசிரியராகவும், வரி நிர்ணயிப்பவராகவும், அன்றாட வாழ்வில் மேலாளராகவும் விளங்கினார்" என்று மார்க்ஸ் குறிப்பிட்டது தமிழ்நாட்டிற்கும் பொருந்தும். ஒரு சராசரிக் கத்தோலிக்கனின் தனிப்பட்ட வாழ்க்கையானது பங்குக் குருவுடன் பிணைக்கப்பட்டிருந்தது. தமக்குள் ஏற்பட்ட பிணக்குகள், அரசு அலுவலர்களால் ஏற்பட்ட பாதிப்புகள் போன்ற பல்வேறு வாழ்க்கைப் பிரச்சனைகள் குறித்து பங்குக் குருவிற்கு அவர்கள் எழுதிய விண்ணப்பங்கள், கடிதங்கள் ஆகியனவும் அந்தந்தப் பங்குகளில் இடம்பெற்றுள்ளன.

பின்வரும் ஆவணங்களும் தமிழகத்தின் சமூகப் பொருளா தார வரலாற்றை எழுத உதவும் அடிப்படைத் தரவுகளாக அமைகின்றன.

1. கத்தோலிக்கத் திருச்சபை பல்வேறு சிக்கல்கள் தொடர்பாக நடத்திய வழக்குகள் – அவை தொடர்பாக நீதிமன்றத்தில் அளிக்கப்பட்ட சாட்சியங்கள் – தாக்கல் செய்யப்பட்ட மனுக்கள் மற்றும் தடயங்கள் – நீதிமன்றத் தீர்ப்புகள்.

2. திருச்சபை நலனைப் பாதுகாக்கவும் கத்தோலிக்கரின் வாழ்க்கைப் பிரச்சனைகள் தொடர்பாகவும் வருவாய்த்துறை, காவல்துறை மற்றும் வழக்கறிஞர்களுடன் நடத்திய கடிதப் போக்குவரத்துகள்.

3. கத்தோலிக்கர்களும், கத்தோலிக்கத் திருச்சபையும் தமக்குள் முரண்பட்டு பரஸ்பரம் வெளியிட்ட அறிக்கைகள் மற்றும் துண்டுப் பிரசுரங்கள்.

4. திருச்சபைக்கும், கத்தோலிக்கர்களுக்குமிடையிலும் மற்றும் வெவ்வேறு சாதிப் பிரிவைச் சேர்ந்த கத்தோலிக்கர்களுக் கிடையிலும் ஏற்பட்ட பூசல்களும் அவை தொடர்பாக நிகழ்ந்த உடன்பாடுகளும் குறித்த ஆவணங்கள்.

இவை தவிர, ஓலைச்சுவடிகளாகவும் கையெழுத்துப் பிரதி களாகவும் தனிப்பட்ட கத்தோலிக்கர் வசமுள்ள, வழிபாட்டு முறைகள் உடன்படிக்கைகள் தொடர்பான ஆவணங்களும் வாய்மொழி வழக்காறாக இவர்களிடம் வழங்கிவரும் பாரம்பரியச் செய்திகளும் ஏராளமாக உள்ளன. ஆனால், இவையனைத்தும் இன்னும் சேகரிக்கப்படவில்லை. கத்தோலிக்க ஆவணங்களில் மிகவும் புறக்கணிக்கப்பட்ட பகுதியாக இவற்றைக் குறிப்பிடலாம்.

ஆவணங்கள் உணர்த்தும் முக்கியச் செய்திகள்

மேற்கூறிய ஆவணங்கள் பல்வேறு அரசியல், சமூக, பொருளாதாரப் பிரச்சனைகளை உள்ளடக்கியுள்ளன. இவற்றில் அழுத்தமாகப் பதிந்திருக்கும் சமய நம்பிக்கையினை ஒதுக்கி விட்டு ஆராய்ந்தால் பல அரிய செய்திகளை இவை உணர்த்து வதை அறிந்துகொள்ளலாம். இச்சிறிய கட்டுரையில் இவ் ஆவணங்கள் கூறும் செய்திகளனைத்தையும் அறிமுகப்படுத்து வது இயலாத ஒன்று. எனவே, பின்வரும் முக்கியச் செய்திகள் மட்டும் இக்கட்டுரையில் சுட்டிக்காட்டப்படுகின்றன.

1. மத மாற்றத்தின் வரலாறு
2. பல்வேறு சமூகக் கொடுமைகள்
3. அரசியல் / பொருளாதாரப் பிரச்சனைகள்

மதமாற்றம்

கத்தோலிக்கக் குருக்களின் தொடக்ககாலப் பணி, மத மாற்றம் செய்வதாகவே அமைந்தது. இவ்வாறு மதம் மாறியவர் களில் பெரும்பாலோர் ஆன்மீகக் காரணங்களுக்காகவன்றி உலகியல் காரணங்களுக்காகவே மதம் மாறினர். நிக்கோலாஸ் லான்ஸி லாட்டோ *(Fr. Nicholas Lancillotto)* என்ற இத்தாலிய சேசுசபைத் துறவியின் கூற்றை இது தொடர்பாகக் குறிப்பிடுவது பொருத்தமாக இருக்கும்.

> *"இந்நாட்டில் மக்கள் முற்றிலும் பொருளாதார நன்மை களுக்காகவே கிறித்தவர்களாயினர். மூர்களிடமும் இந்துக் களிடமும் அடிமைகளாக இருந்தவர்கள் போர்ச்சுக்கீசியர் களின் கரங்கள் மூலம் தம் விடுதலையைப் பெற திருமுழுக்கை (ஞானஸ்நானம்) நாடினர். கொடுங்கோலர்களிடமிருந்து பாதுகாப்புப் பெற மற்றவர்கள் கத்தோலிக்கராயினர். சிலர், ஒரு தலைப்பாகைக்காகவும் சிலர் ஒரு சட்டைக்காகவும் வேறுசிலர் தாங்கள் ஏங்குகின்ற ஒரு சிறு பொருளுக்காக வும் சிலர் தூக்குக் கயிற்றிலிருந்து தப்பிக்கவும் வேறுசிலர் கத்தோலிக்கப் பெண்களோடு தொடர்புகொள்ளவும் கத்தோலிக்கராயினர் . . ." (Brodrick, 1952 : 125)*

இக்கூற்றின் அடிப்படையில் பார்க்கும்பொழுது பெரும்பா லான மதமாற்றங்களுக்குப் பின்னால் சமூகப் பொருளாதாரக் காரணங்கள் அமைந்திருந்தமை புலனாகும். சான்றாகச் சில செய்திகளைக் காண்போம்.

காலனி நாடுகளில் நிகழ்ந்த பஞ்சங்களில் வரலாற்றை ஆராயத் தொடங்கினால் அதனுடன் தொடர்புடையதாக – இரயில் பாதை அமைப்பு – கால்வாய் வெட்டுதல் – குற்றங் களின் அதிகரிப்பு, மக்களின் இடப்பெயர்ச்சி ஆகியன குறித்த பல்வேறு செய்திகளைக் கண்டறிய முடியும். இவை தவிர ஆராயவேண்டிய மற்றொரு முக்கிய நிகழச்சியாக அமைவது மதமாற்றமாகும். பஞ்சத்திற்கும் மதமாற்றத்திற்கும் நெருங்கிய தொடர்புண்டு. 'டிரிங்கால்' என்ற சேசு சபைத் துறவி 1877 – 78 காலப்பகுதியில் நிகழ்ந்த தாது வருஷப் பஞ்சத்தின்போது பிரான்சிலுள்ள அவரது சகோதரருக்கு எழுதிய கடிதத்தில்

> *"எந்த நாட்டு வரலாற்றிலும் இந்தப் பஞ்சத்தை ஒப்பிடக் கூடிய அளவில் நான் படிக்கவில்லை . . . 22 மாதங்களாகப் பம்பாய், சென்னை மாநிலங்களில் 2 அங்குல நிலத்தை மூழ்கடிக்கக்கூடிய அளவு கூட மழை பெய்யவில்லை. ஆகவே, போன வருடத்தில் விதை விதைக்கின்ற பருவத்*

தில் 4 இல் 3 பங்கு விவசாயிகள் விதை விதைக்கவில்லை. விதைத்தவர்கள் விதையையும் உழைப்பையும் இழந்தார் கள். அரசாங்கம் கடல் கடந்து சென்று ஏராளமான கோதுமையை அவசரம் அவசரமாகக் கொண்டுவந்தது, ஆனால் விலையோ அதிகம். நகர்வாழ் மக்களும் பணக்காரர் களுமே இதனால் பலனடைந்தார்கள். கிராம மக்களோ பணமும் வேலையும் இல்லாமல் பசிக் கொடுமைக்கு ஆளானார்கள்"

என்று குறிப்பிட்டுள்ளார். எனவே, பஞ்சங்களைப் பற்றி ஆராயப் புகுவோருக்கு மதமாற்றம் தொடர்பான கத்தோலிக்க ஆவணங் களும் முக்கியத் தரவுகளாக அமையும்.

1899இல் நிகழ்ந்த சிவகாசி கலகத்தை அடுத்து, நாடார் சாதியினர் பெருமளவில் கத்தோலிக்கர்களாக மாறினர். சமூகப் பாதுகாப்பைக் கத்தோலிக்கம் அளிக்க முடியுமென்று அவர்கள் நம்பினர். இது ஓரளவு உண்மையும்கூட.

ஜமீன் பகுதிகளில் நிலவிய பல்வேறு சமூகக் கொடுமை களிலிருந்து தப்பித்துக் கொள்வதற்கும்கூட மதமாற்றம் துணை புரிந்துள்ளது. வாய்மொழி வழக்காறுகள் இவ்வுண்மையைத் தெரிவிக்கின்றன.

சமூகக் கொடுமைகள்

சமூகத்தின் அடித்தளத்திலிருந்த மக்களே பெரும்பாலும் கத்தோலிக்கர்களாக மாறியதால் மதம் மாறுவதற்கு முன்பும், மதம் மாறியபின்னும் அவர்களுக்கிழைக்கப்பட்ட கொடுமை களையும் கத்தோலிக்க ஆவணங்கள் வாயிலாக அறியலாம். 1895 ஆம் ஆண்டில் நிகழ்ந்த கழுகுமலைக் கலவரம் தொடர்பான செய்திகளை, அரசு ஆவணங்களைவிடக் கத்தோலிக்க ஆவணங் களே விரிவாகக் குறிப்பிடுகின்றன. அத்துடன் பாதிக்கப்பட்ட வர்கள் சார்பிலான பல உண்மைகளையும் அவை வெளிப் படுத்துகின்றன.

மதுரை நாயக்கர் காலத்திய சேசுசபை மடல்கள், திருமலை நாயக்கரும் கிழவன் சேதுபதியும் இறந்தபோது இவ்விருவரது மனைவியரும் உடன்கட்டை ஏறிய நிகழ்ச்சியினை நேர்முக வருணனைபோல் விரிவாகக் கூறுகின்றன.

ஜாதீயக் கொடுமைகள் குறித்த செய்திகளையும் கத்தோ லிக்கத் திருச்சபைக்குள்ளேயே இடம் பெற்றிருந்த ஜாதீயப் பாகுபாடுகள், பூசல்கள் தொடர்பான பல செய்திகளையும் சில ஆவணங்கள் வெளிப்படுத்துகின்றன.

அரசியல் பொருளாதாரப் பிரச்சனைகள்

காலனி ஆதிக்கம் வாயிலாக அறிமுகமான கத்தோலிக்கம், காலனி ஆதிக்கத்தின் பொருளாதாரச் சுரண்டலுக்குத் துணை நின்றது. இது வரலாற்றின் தவிர்க்க இயலாத நியதியாகும். இதனை நாம் துருவி ஆராய மேற்கூறிய ஆவணங்கள் துணை புரிகின்றன. புன்னைக்காயல் என்ற கடற்கரைச் சிற்றூரில் "அடியார் வரலாறு" என்ற நூலினை அண்ட்ரிக் அடிகளார் என்ற சேசு சபைத் துறவி கி.பி. 1586 இல் அச்சிட்டு வெளியிட்டுள்ளார். அந்நூலில்,

> "அவர்கள் கிரிசித்தியானி மாற்கம் புகுந்ததிற்பிறகு, சுகத்திலே இருக்கவும்; முன்னிலும் பாற்கச் சங்கையோடேயிருக்கவும், முதலாளிகளாகவும் இடமுண்டாச்சு இப்படி உண்டாயிருக்கச் செய்தேயும், சில பரவர் கிரிசித்தியானி மாற்கம் புகுந்ததுக்கு வேண்டி விதனம் காட்டி 'என்னத்திற்கு இந்த மாற்கம் புகுந்தோம்' என்று சொல்வார்கள். செய்த நன்றியறியாமல் இருக்கிறது பாராமான தோழ்சம்"

என்று குறிப்பிடுகிறார் (அண்ட்ரிக் அடிகளார், 1967 : 632) கத்தோலிக்கராக மாறி 50 ஆண்டுகள் கழிந்தபின்னரும் கூட மதம் மாற்றத்திற்காகப் பரதவர்கள் வருந்தியுள்ளார்கள் என்பதனை இப்பகுதி உணர்த்துகிறது. இதற்கான காரணத்தை ஆராயும்படி நம்மைத் தூண்டுகிறது.

மார்க்கோபோலோ, முத்துக்குளிப்பைப் பற்றிக் குறிப்பிடும் போது, எடுத்த முத்தில் பத்தில் ஒரு பங்கு பாண்டிய மன்னனுக்கு வரியாகச் சென்றது என்று குறிப்பிடுகின்றார். போர்ச்சுக்கீசியர் காலத்திலோ, எடுத்த முத்தில் நாலில் ஒரு பங்கு போர்ச்சுக்கல் மன்னனுக்கும் மற்றொரு பங்கு தூத்துக்குடியில் இருந்த போர்ச்சுக்கல் கேப்டனுக்கும் படைவீரர்களுக்கும் சென்றது. மீதமுள்ள பாதியில் ஒரு பங்கு சேசுசபைப் பாதிரியார்களுக்குச் சென்றது. எஞ்சிய ஒரு பங்கே பரதவர்களுக்குக் கிடைத்தது. போர்ச்சுக்கீசியர்களின் வரிவிதிப்பு முறையே பரதவர்களின் விதனத்திற்குக் காரணம்.

திருச்சபையின் தேவைக்காகக் கடற்கரைப் பகுதிகளில் அறிமுகப்படுத்திய பல்வேறு வரி முறைகள், குத்தகை முறைகள் தொடர்பான செய்திகளும் 16, 17 ஆம் நூற்றாண்டைச் சேர்ந்த கத்தோலிக்க ஆவணங்கள் வாயிலாக வெளியாகின்றன.

போர்ச்சுக்கீசிய காலனியாளர்கள் புதிய வேளாண் பொருள்களை அறிமுகப்படுத்தியமை குறித்தும் கத்தோலிக்க ஆவணங்கள் வாயிலாக அறிந்துகொள்ள முடிகிறது.

17 ஆம் நூற்றாண்டில் டச்சுக்காரர்களின் அரசியல் வாணிகப் போட்டிக்கு ஈடுகொடுக்க முடியாமல், போர்ச்சுக் கீசியக் காலனியவாதிகள் மிளகு வாணிபத்தை இழந்தனர். இதனை ஈடுகட்ட வேளாண்மைப் பொருட்கள் வாணிபத்தில் ஈடுபடத் தொடங்கினர். இதனடிப்படையில் தமிழ்நாட்டின் உட்பகுதிகளில் மிளகாய், புகையிலை விதைகளை வழங்கி அவற்றைப் பயிர்செய்ய ஊக்கமளித்தனர். அவற்றைத் தங்க ளுக்கே விற்கவேண்டுமென்று வலியுறுத்தினர். எனவே, மக்க ளிடையே மிளகாயைப் பிரபலப்படுத்துவதற்கு உதவும்படி கத்தோலிக்கக் குருக்களுக்கு போப் அறிவுறுத்தினார். போர்ச்சுக்கல் மன்னரின் வேண்டுகோளுக்கிணங்கியே போப் இவ்வாறு அறிவுறுத்தினார். இதன் காரணமாகவே வீரபாண்டியன் பட்டிணம், மணப்பாடு, விஜயாபதி, உவரி, கூட்டப்புளி ஊர்களி லுள்ள பரதவர்கள் வேளாண்மையில் ஈடுபடத் தொடங்கினர். தூத்துக்குடி மாவட்டத்திலுள்ள ஆலந்தலை, அடைக்கலாபுரம் தேவாலயங்களில் காணப்படும் ஆவணங்கள் மற்றொரு செய்தியையும் உணர்த்துகின்றன. கத்தோலிக்கரான நாடார் சாதியினர் 'கள்' இறக்கும் தொழிலுக்கு மாற்றாக வேளாண்மை யில் இக்காலத்தில் ஈடுபடத் தொடங்கினர் (கதிர்வேல், 1983: 322 – 23).

இத்தகைய அரிய செய்திகளை உள்ளடக்கிய ஆவணங் களின் தற்போதைய நிலைகுறித்து காண்போம்.

ஆவணங்களின் தற்போதைய நிலை

கத்தோலிக்க மறை மாவட்டங்கள் ஒவ்வொன்றிலும் ஆவணக் காப்பகம் ஒன்றுண்டு. இவற்றுள் பெரும்பாலானவை அன்றாட நடைமுறைக்கு உதவும் ஆவணங்களைப் பாது காப்பதை மட்டுமே குறிக்கோளாகக் கொண்டுள்ளன. பழமை யான ஆவணங்கள் முறையாகப் பராமரிக்கப்படவில்லை. கட்டுகளாகவும் கோப்புகளாகவும் அவை திணித்து வைக்கப் பட்டிருக்கின்றன. அதைவிடவும் மோசமான முறையில் புராதன மான பங்குகளிலுள்ள ஆவணங்கள் சிதலமடைந்து அழிந்து கொண்டிருக்கின்றன. பங்கின் பொறுப்பாளராக வரும் பங்குக் குருக்கள் பலருக்கு மதிப்புமிக்க வரலாற்று ஆவணங்கள் தம் பொறுப்பில் உள்ளன என்ற உண்மையே தெரியாது. திருமுழுக்கு – திருமணம் – இறப்பு மற்றும் ஆலயச் சொத்து களின் வரவு செலவு தொடர்பான ஆவணங்களைப் போன்றே, இவர்கள் ஒவ்வொரு பங்கிலும் சில ஆண்டுகள் தங்கிவிட்டுப் பின்னர் மாறுதலாகிப் போகிறார்கள்.

கொடைக்கானல் அருகிலுள்ள செம்பகனூரில் அமைந்துள்ள சேசு சபை ஆவணக் காப்பகத்தில் சேசு சபையுடன் தொடர்புள்ள பல்வேறு வகையான ஆவணங்கள் முறையாகப் பாதுகாக்கப்பட்டு வருகின்றன. ஆயினும் ஏற்கனவே ஆவணக் காப்பகத்தில் இடம்பெற்றுள்ள பழமையான நூல்களையும் ஆவணங்களையும் பாதுகாப்பதை மட்டுமே இக்காப்பகம் தன் கடமையாகக் கொண்டுள்ளது. அதேநேரத்தில் சேசு சபையினரால் மட்டுமே நிர்வகிக்கப்பட்ட பல்வேறு புராதனப் பங்குகளில் அழிந்துகொண்டிருக்கும் அரிய ஆவணங்களைச் சேகரித்துப் பாதுகாக்கவேண்டிய அவசியத்தை இதன் பொறுப்பாளர்கள் இன்னும் உணரவில்லையென்பது வருந்துதற்குரியது.

இதுபோன்றே தனிப்பட்ட கத்தோலிக்கக் குடும்பங்களின் வசமிருக்கும் கையெழுத்துப் பிரதிகள், ஓலைச் சுவடிகள், சிறு பிரசுரங்கள் ஆகியன, ஆய்வு உலகத்தின் கண்ணிற்குப் புலப்படாமல் பேழைகளிலும் பெட்டிகளிலும் உறங்கிக்கொண்டிருக்கின்றன. இன்றைய தலைமுறையினரின் அலட்சியம் காரணமாக இவற்றுள் சில அழிந்தும்போயின. எஞ்சியவை அழிவுக்கு ஆளாகிக்கொண்டுள்ளன.

ஆவணங்களைப் பயன்படுத்துவது தொடர்பான இடர்ப்பாடுகள்

மேற்கூறிய கத்தோலிக்க ஆவணங்களைப் பயன்படுத்துவதில் மூன்று முக்கிய இடர்ப்பாடுகளை வரலாற்றாய்வாளர்கள் எதிர்கொள்ள வேண்டியுள்ளது.

முதலாவதாக, ஆவணங்கள் குறித்துத் தெளிவான விவரங்கள் நமக்குத் தெரியாத நிலை உள்ளது. போர்ச்சுக்கல் – இத்தாலி – ஜெர்மன் – ஸ்பெயின் – பெல்ஜியம் – பிரான்சு ஆகிய நாடுகளில் உள்ள கத்தோலிக்கச் சமய ஆவணக் காப்பகங்களில் இந்தியா தொடர்பான ஆவணங்கள் குறிப்பிடத்தக்க வகையில் இடம் பெற்றுள்ளன. இவற்றுள் தமிழகம் தொடர்பான ஆவணங்கள் குறித்து நாம் அறிந்த செய்திகள் மிகவும் குறைவு. பம்பாயிலுள்ள ஹிராஸ் நிறுவனத்திலும் (Heras institute) கோவாவிலுள்ள சேவியர் வரலாற்றாய்வு நிறுவனத்திலும் (Xavier Centre of Historical Research) தமிழக வரலாறு தொடர்பான கத்தோலிக்க ஆவணங்கள் இடம்பெற்றுள்ளன. ஆயினும் இவை குறித்துத் தெளிவான விவரங்கள் எவையும் நமக்குத் தெரியாது. டில்லியிலுள்ள இந்திய தேசிய ஆவணக் காப்பகம், வெளிநாடுகளிலிருந்து கத்தோலிக்க ஆவணங்களின் மைக்ரோ ஃபிலிம்கள் சிலவற்றைப் பெற்றுள்ளது. ஆனாலும் தமிழகம் தொடர்பான

செய்திகள் எவையும் இவற்றுள் இடம்பெற்றுள்ளனவா? என்பது கூட நமக்குத் தெரியவில்லை.

16ஆவது நூற்றாண்டு தொடங்கி 20ஆம் நூற்றாண்டின் நடுப்பகுதிவரை அந்நிய நாட்டு வேத போதகர்கள் தமிழ் நாட்டில் தங்கி மறைப்பணி செய்துள்ளனர். இவர்களது அறிக்கைகளும் கடிதங்களும் பல்வேறு ஐரோப்பிய நாடுகளின் ஆவணக் காப்பகங்களில் இடம்பெற்றிருக்கும் என்பது மட்டும் உறுதி. ஆனால், இவை தொடர்பான ஒரு விரிவான பட்டியல் எதுவும் நம்வசம் இல்லை. எனவே, எங்கே எதைத் தேடுவது என்பதே பிரச்சினையாக உள்ளது.

இரண்டாவதாக அமைவது மொழிப் பிரச்சினை ஆகும். தொடக்க கால மறைப்பணியாளர்கள் பல்வேறு ஐரோப்பிய நாடுகளிலிருந்து வந்ததால் அவர்களுடைய தாய்மொழியிலேயே கடிதங்களையும் அறிக்கைகளையும் குறிப்புகளையும் எழுதி வைத்துள்ளனர். குறிப்பாக, முத்துக்குளித்துறை மறைத் தளக் குருக்களும் பதுருவா (*Padroado*) குருக்களும் எழுதிய ஆவணங்கள் பெரும்பாலும் போர்ச்சுக்கீசிய மொழியில் அமைந் துள்ளன. பழைய மதுரை மறைத்தளக் குருக்களின் ஆவணங்கள் ஸ்பானிஷ், இத்தாலி, போர்ச்சுக்கீசு மொழிகளிலும் புதிய மதுரை மறைத்தளக் குருக்கள் எழுதிய ஆவணங்கள் பெரும் பாலும் ஃபிரெஞ்சு மொழியிலும் அமைந்துள்ளன. கத்தோலிக்கத் திருச்சபையின் அதிகாரப்பூர்வமான மொழி என்ற நிலையைப் பெற்றிருந்த இலத்தீன் மொழியிலும் பல ஆவணங்கள் அமைந் துள்ளன. எனவே, இம்மொழிகளில் பயிற்சியும் தேர்ச்சியும் இன்றி கத்தோலிக்க ஆவணங்களை முறையாகப் பயன்படுத்த முடியாது.

இந்தியா தொடர்பான கத்தோலிக்க ஆவணங்களைத் தொகுத்து "டாக்குமெண்டா இன்டிகா" என்ற பெயரில் 1944 இலிருந்து இன்றுவரை 16 தொகுதிகளாக ரோமிலுள்ள கத்தோலிக்க அமைப்பு வெளியிட்டுள்ளது. இத்தொகுப்பில் இடம்பெற்றுள்ள ஆவணங்களும்கூட அவை எழுதப்பட்ட மூல மொழிகளிலேயே உள்ளன. எனவே, நூல் வடிவம் பெற் றிருந்தாலும்கூட இத்தொகுதிகளைப் பயன்படுத்த முடியாத பரிதாப நிலை உள்ளது. செம்பகனூரிலுள்ள சேசு சபை ஆவணக் காப்பகத்தைப் பயன்படுத்துவதிலும்கூட மொழிப் பிரச்சினை ஓரளவிற்கு உள்ளது.

புராதனப் பங்குகளிலும் மறைத்தளங்களிலும் மறை மாவட்ட ஆவணக் காப்பங்களிலும் இடம் பெற்றுள்ள ஆவணங் களைப் படிக்கவும் பயன்படுத்தவும் முடியாதிருப்பது மூன்றாவது

இடர்ப்பாடாகும். சமயம் சார்ந்த ஆவணங்கள் என்பதால், இவற்றைப் பயன்படுத்த அனுமதிப்பதில்லை. இந்து அடிப்படை வாத இயக்கங்கள் சிலவற்றைக் குறித்த அச்சவுணர்வும் இதற் கொரு காரணமாக உள்ளது.

எதிர்காலக் கடமை

இதுவரை நாம் பார்த்த செய்திகள் பின்வரும் அடிப்படை உண்மைகளை உணர்த்துகின்றன.

1. தமிழ்நாட்டின் சமூகப் பொருளாதார வரலாற்றை எழுத உதவும் அடிப்படைச் சான்றுகளில் ஒன்றாகக் கத்தோலிக்க ஆவணங்கள் அமைகின்றன.

2. அதே நேரத்தில் அவற்றைப் பயன்படுத்துவதில் இடர்ப்பாடு கள் சிலவும் உள்ளன.

எனவே, கத்தோலிக்க ஆவணங்களைப் பயன்படுத்துவது தொடர்பாக நாம் மேற்கொள்ள வேண்டிய வழிமுறைகளைக் குறித்து ஆராயவேண்டியது அவசியமாகிறது. இதனடிப்படை யில் பின்வரும் பணிகளை மேற்கொள்ள வேண்டும்.

1. புராதனப் பங்குகளிலும், பிற கத்தோலிக்க நிறுவனங்களிலும் இடம்பெற்றுள்ள ஆவணங்களைத் தேடித் தொகுத்து அவற்றைப் பாதுகாக்கும் பணியினை உடனடியாகத் தொடங்கவேண்டும்.

2. வாய்மொழியாக வழங்கிவரும் கத்தோலிக்க வழக்காறுகளைத் தொகுத்து அவற்றை எழுத்து வடிவில் பதிவு செய்துவைக்க வேண்டும்.

3. தனிப்பட்ட கத்தோலிக்கர் வசமுள்ள ஆவணங்களைச் சேகரிக்கும் அல்லது ஒளி நகல் செய்யும் பணியினையும் மேற்கொள்ளவேண்டும்.

4. இந்தியாவிலும் அயல்நாடுகளிலுமுள்ள பல்வேறு ஆவணக் காப்பகங்களிலும் இடம்பெற்றுள்ள ஆவணங்களைக் குறித்த விளக்கமுறையிலமைந்த ஆவணப்பட்டியலொன்று கால வரிசைப்படித் தொகுக்கப்படவேண்டும்.

5. தமிழகத்திற்கு வெளியிலுள்ள ஆவணக் காப்பகங்களில் இடம்பெற்றுள்ள தமிழகம் தொடர்பான ஆவணங்களின் மைக்ரோ பிலிம் மற்றும் குறுந்தகடு நகல்களைப் பெற தமிழ்நாடு ஆவணக் காப்பகமும் சேசுசபை ஆவணக் காப்பக மும் முயற்சி செய்யவேண்டும்.

ஆ. சிவசுப்பிரமணியன்

மேலும் பல்கலைக்கழகங்களின் வரலாற்றுத் துறையினரும் இதில் கவனம் செலுத்துவது நன்று. பாரிஸ் பல்கலைக்கழகத்தின் வரலாற்றுப் பேராசிரியராகப் பணியாற்றும் "பர்ரே கூபே", முதுநிலை மாணவர்களும் இளம் வரலாற்றியலாளர்களும் பங்கு ஆவணங்களை ஆய்வுப் பொருளாகக் கொண்டுள்ளதாகவும் பங்கு ஆவணங்களைப் பயன்படுத்தி எழுதப்படும் ஆய்வேடுகளில் சில மோசமாக அமைந்தாலும், சில மிகச் சிறப்பாக அமைந்துள்ளதாகவும் குறிப்பிடுகின்றார்.* தமிழ்நாட்டில் வரலாற்றுச் சிறப்பு மிக்கத் தேவாலயங்கள் பல உள்ளன. அவற்றின் வரலாற்றைச் சமூகப் பொருளியல் அணுகுமுறையில் ஆராய மிகுந்த வாய்ப்புள்ளது. இம்முயற்சியின் முதற்கட்டமாக புராதனக் கத்தோலிக்கத் தேவாலயங்கள் மற்றும் கத்தோலிக்கக் குடியேற்றங்கள் தொடர்பான கையெழுத்துப் பிரதிகள், ஓலைச் சுவடிகள், வாய்மொழி வழக்காறுகள், துண்டுப் பிரசுரங்கள் ஆகியனவற்றைச் சேகரித்துத் தொகுத்து முறையாகப் பதிப்பிக்கும் பணியினை ஆய்வு மாணவர்கள் மேற்கொள்ளும்படிச் செய்யலாம்.

இதன் வாயிலாக பல்வேறு ஆவணங்களை அழிவினின்றும் பாதுகாப்பதுடன், வாய்மொழிச் சான்றுகளை எழுத்துச் சான்றாக மாற்றும் நிலையும் உருவாகும். அத்துடன் எதிர்கால ஆய்வாளர்களுக்கு அடிப்படையான ஆய்வுத் தரவுகளாகவும் இவை அமையும்.

துணை நூற்பட்டியல்

அண்ட்ரிக் அடிகள், *1967,* அடியார் வரலாறு தமிழிலக்கியக் கழகம், தூத்துக்குடி.

John Correia - Afonso 1969, *Jesuit letters and Indian History* 1542-1773.

Prodrick, James, 1952, *Life of St. Francis Xavier,* Burns Oates, London.

Kadhirvel, S. Dr., 1983, Portuguese Colonial Impact on Agriculture and Trade: Tamil Coast, *Western Colonial Policy.* N.R. Ray Ed, Institute of Historical Studies, Calcutta - 700 017.

---

* In the most recent period, large numbers of advanced students and young historians devoted themselves to parish monographs. For a year (for the certificate memories deaitrises) or for several years (for the thesis of the troisience cycle, a kind of Ph.D.), they analyzed, using the archives, different aspects of life in one or several parishes, most frequently in the eighteenth century. (Pierre Goubert, 1972 : 310)

Pierre Goubert 1972. Local History, *Historical Studies Today,* Felix Gilbert and Stephen R. Graubard Eds. Norton & Company, New Yoark.

(Author not mentioned) 1974, Extracts for the Diary of Fr. J.B. Trincal Caritas, Jan. 1974.

(பெரியார் ஈ.வே.ரா. கல்லூரியின் வெள்ளி விழாவையொட்டி அக்கல்லூரியின் வரலாற்றுத் துறையும், பாரதிதாசன் பல்கலைக் கழகமும் இணைந்து 6 – 4 – 91இல் நடத்திய கருத்தரங்கில் படித்த கட்டுரையை விரிவுபடுத்தி எழுதியது.)

7

பரமார்த்த குருவின் கதை

மனித குலத்தின் பொழுதுபோக்குக் கருவியாகவும் அனுபவங்களை வெளிப்படுத்தும் வழிமுறையாகவும் வாய்மொழிக் கதை திகழ்ந்தது. மக்களின் வாழ்க்கை அனுபவங்களின் அடிப்படையில் தோன்றிய வாய்மொழிக் கதைகள் எளிமை, நடப்பியல், நகைச்சுவை ஆகியன வற்றைக்கொண்டிருந்தன. இக்கதைகளெல்லாம் தலை முறை தலைமுறையாக மக்களிடையே வாய்மொழியாகக் கூறப்பட்டுவந்தன. இக்கதைகளையே நாடோடிக் கதைகள், கிராமியக் கதைகள், பாட்டி கதைகள் என்று நாம் குறிப்பிடுகிறோம்.

சிறுகதையென்று இன்று நாம் கூறும் சொல்லுக்கு முற்றிலும் பொருந்துவதாக இக்கதைகள் அமையா விடினும் சிறுகதையின் தோற்றத்திற்கு முன்னோடியாக இவற்றைக் குறிப்பிடலாம். மக்கள் மத்தியில் கதைகளுக்கு நல்ல செல்வாக்கு இருப்பதை உணர்ந்த அறிஞர்கள் தம் கற்பனை வளத்தையும் மக்களிடையே வழங்கிவந்த கதைகளையும் இணைத்துப் புதிய கதைகளைப் புனைந் தனர்.

இக்கதைகள் அறக் கருத்துகளை வலியுறுத்தவும் சமயக் கருத்துகளைப் பரப்பவும் பொதுமக்களுக்கு மகிழ்ச்சி யூட்டவும் பயன்பட்டன.

கி.மு. 2900த்திலேயே எகிப்தில் கதைகள் எழுத்து வடிவில் தோன்றிவிட்டன. அராபிய இரவுக்கதைகள், ஈசாப் நீதிக் கதைகள் (கி.மு. 570) புத்த ஜாதகக் கதைகள், பஞ்சதந்திரக் கதைகள் (கி.பி. 550) இதோபதேசம் போன்ற கதை நூல்கள் இவ்வரிசையில் தோன்றிய நூல்களாகும் *(கிருஷ்ணசைதன்யா 1958: 75).*

மக்களிடையே வழங்கிய இக்கதைகள் கற்று வல்ல அறிஞர்களின் உள்ளத்தையும் ஈர்த்தன. அவர்கள் இயற்றிய செய்யுள்களிலும் காப்பியங்களிலும் இக்கதைகள் இடம்பெற்றன. உரையாசிரியர்களும் இக்கதைகளை மேற்கோளாக எடுத்தாண்டனர்.

முதல் தமிழ்க் காப்பியமாகிய சிலப்பதிகாரத்தில் கீரிப்பிள்ளையைக் கொன்ற பார்ப்பனியைப் பற்றிய பஞ்சதந்திரக் கதை சிறு மாறுதலுடன் எடுத்தாளப்படுகின்றது.

பசியால் வாடிய புலி ஒன்று, தான் ஈன்ற குட்டியையே உண்ண முற்பட்டது. அதனைக் கண்ட புத்தர் குட்டியைக் காப்பாற்றவும் தாய்ப்புலியின் பசியைப் போக்கவும் வேண்டி அப்புலியின் முன் இரையாக வீழ்ந்த செயலைப் புத்த ஜாதகக் கதை ஒன்று கூறுகின்றது. இக்கதையினைச் செய்யுள் வடிவில் ஒரு புலவர் வடித்துள்ளார்.

இச்செய்யுளை நச்சினார்க்கினியரும், வீரசோழிய உரைகாரரும் தம் உரையில் எடுத்தாண்டுள்ளனர். (அண்ணாமலை 1963:9)

ஊர்க் கணக்கரைப் பகைத்துக்கொண்ட குயவர்கள், செத்த எருமைகளை அப்புறப்படுத்தவேண்டிய அவல நிலைக்கு ஆளானதைக் கூறும் வாய்மொழிக் கதை ஒன்றைத் தொல்காப்பிய உரையாசிரியர் சேனாவரையர் தமது உரையில் எடுத்தாளுகின்றார்.

தமிழகத்தில் வாய்மொழிக்கதைகள் நூல் வடிவில் தோன்றாமை

மக்களிடையே வழங்கிய வாய்மொழிக் கதைகள் தமிழ் இலக்கியங்களிலும் உரைநூல்களிலும் எடுத்தாளப்பெற்ற போதிலும், 19 ஆம் நூற்றாண்டு வரை அக்கதைகள் நூலாகத் தொகுக்கப்படவில்லை. கற்பனை வளத்துடன் புதிய கதைகளைத் தோற்றுவிக்கும் ஆர்வம் கற்றவர்களுக்குத் தோன்றவில்லை. பாமரர்களே புதிய கதைகளைப் படைக்கும் பணியினைச் செய்துவந்தனர்.

தமிழில் உரைநடை வளர்ச்சியுறாமையே இத்தகைய நிலைக்குக் காரணமாகும். 19ஆம் நூற்றாண்டின் தொடக்கத்தில் தமிழ் ஆங்கில அகராதி வெளியிட்ட வின்ஸ்லோ என்னும் ஐரோப்பியர் "தமிழில் உரைநடை எழுதும் பழக்கம் இன்னும் துவக்க நிலையில் இருக்கிறது. விரைவாகவும் சரமாரியாகவும் தமிழிற் கவிபாடக் கூடிய புலவர்கள் உரைநடையில் சில சொற்றொடர்கள் கூட எழுதத் தெரியாமலிருக்கிறார்கள்"

என்று தாம் வெளியிட்ட தமிழ் ஆங்கில அகராதி முகவுரையில் கூறியுள்ளார்.

தமிழ் நூல்களின் பட்டியல் தொகுத்த "மர்டாக்" என்பவர் "மருத்துவம், கணிதம், இலக்கணம், நிகண்டு முதலிய எல்லா நூல்களும் செய்யுளிலே இயற்றப்பட்டிருக்கின்றன. உரைநடையில் நூலை இயற்றும் வழக்கம் ஐரோப்பியரின் தொடர்பால் ஏற்பட்ட தாகும்" என்று விவரித்துள்ளார்.

19ஆம் நூற்றாண்டிலேயே தமிழ் உரைநடையின் நிலை இவ்வாறு இருந்ததென்றால் 18ஆம் நூற்றாண்டில் உரைநடை எவ்வாறு இருந்தது என்பது பற்றிக் கூறத் தேவையில்லை. சமயப்பணி புரியவந்த ஐரோப்பியர் சமயக் கருத்துகளைப் பரப்புவதற்கு, தமிழ் உரைநடையைத் தோற்றுவித்து அதனை வளர்த்தனர். தமிழ்ப் புலவர்களோ கவிதை பாடிப் பிழைப் பதையே தொழிலாகக் கொண்டனர். பிரபுக்களும் ஜமீன்தார் களும் தெய்வங்களும் அவர்களுடைய பாட்டுடைத் தலைவர் களாகத் திகழ்ந்தனர். தமிழ் உரைநடையில் புதிய சோதனை களைச் செய்து பார்க்கும் ஆர்வம் அவர்களிடையே இல்லை. இதனால் தமிழ் மொழியில் உரைநடையில் கதைகள் எழுதப் படவில்லை.

வீரமாமுனிவர் ஏற்படுத்திய மாற்றம்

தமிழ் உரைநடை வளர்ச்சியைப்பற்றிக் கூறும்போது கைலாசபதி *(1968:63–64)* வீரமாமுனிவரைப் பற்றிக் கூறுவதை இங்குக் குறிப்பிடுவது பொருத்தமாக இருக்கும்.

> "மேனாட்டவருள் வீரமாமுனிவர், தத்துவ போதக சுவாமிகள், சீகன்பால்க் ஐயர் முதலியோர் இயன்றளவு எளிமையாகத் தமிழ் வசனநூல்கள் எழுதினர். பொது மக்கள் பேச்சை ஆங்காங்குத் தழுவிக்கொண்டவராயினும், இவர்கள் பழைய தமிழ் உரையாசிரியர் நடையை முன் மாதிரியாகக்கொண்டே பெரும்பாலும் எழுதினர். இதனால், நம்பிக்கையும், விசுவாசத்தையும் பெரிதும் வற்புறுத்திக் கூறிய கிறிஸ்துவக் கொள்கைகளை எழுதிய போதும், இவர்களின் நடையில் உணர்ச்சிப் பெருக்கைக் காணமுடியாதுள்ளது. கடின உரைநடை அமைப்பு, உருகும் உள்ளங்களையும் உறைய வைத்தது போலும். ஆயினும் கல்வியறிவில்லாதாரும் கேட்டின்புறும் வண்ணம் வீரமா முனிவர் எழுதிய 'பரமார்த்த குரு கதை' நகைச்சுவை நிறைந்து காணப்படுகின்றது. அந்த வகையில், அறவியல் சார்ந்த நூல்களும் பயபக்தியுடன் கூடிய நூல்களுமே

எழுதப்பட்ட காலகட்டத்தில் வயிறு குலுங்கச் சிரிக்க வைக்கும் வேடிக்கைக் கதையொன்றை எழுதித் தமிழ் வசனத்தின் நோக்கெல்லையை விரிவுபடுத்திய இத்தாலிய முனிவர், நவீன நகைச்சுவை எழுத்தாளரின் முன்னோடி என்று கூறலாம்".

கைலாசபதியின் இக்கூற்றில் வரும் "தமிழ் வசனத்தின் நோக்கெல்லையை விரிவுபடுத்திய" என்ற தொடர் மிகவும் ஆழ்ந்து நோக்கவேண்டிய தொடராகும். இலக்கிய இலக்கணங் களுக்கு உரை எழுதவும், சமயக் கருத்துகளையும் அறவுரை களையும் கூறவும் மட்டுமே வீரமாமுனிவருக்கு முன் தமிழ் உரைநடை பயன்பட்டு வந்தது.

இந்நிலையை வீரமாமுனிவர் முதன் முதலாக மாற்றி, வேடிக்கைக் கதையொன்றினை எழுதித் தமிழ் உரைநடையில் கதை எழுதும் பணியினைத் துவக்கி வைத்துள்ளார்.

பரமார்த்த குரு கதை எழுதியதின் நோக்கம்

இக்கதையினை வீரமாமுனிவர் எழுதுவதற்கான காரணம் எது என்பதனைக் குறித்துக் கருத்து வேறுபாடுகள் உள்ளன.

> "18ஆம் நூற்றாண்டில் வாழ்ந்த வீரமாமுனிவர் அக்காலத் திலிருந்த மடாதிபதிகளின் இழிநிலையை எடுத்துக்காட்டும் வகையில் பரமார்த்த குரு கதை என்னும் அங்கத நூலை எழுதினார். மூளையற்ற அக்குருவும் அவர் சீடர்களும் செய்யும் நகைப்பிற்கிடமான காரியங்களைச் சம்பவம் சம்பவமாக எழுதினார்."

என்று தாமஸ் சீனிவாசன் குறிப்பிடுவார். புராட்டஸ்டண்டு சபையினரின் நான்கு பிரிவினரையும் கேலி செய்யும் நோக்கத் துடன் எழுதப்பட்டதாக தெ.பொ.மீ (1965:175) குறிப்பிடுவார்.

இதற்குப் பரமார்த்த குரு கதையில் நேரடியாகச் சான்று எதுவுமில்லை. ஆனால், எதற்கெடுத்தாலும் விவிலியத்தில் இருந்து ஆதாரம் கேட்பதாக புராட்டஸ்டண்டு பிரிவினர் மீது குற்றம்சாட்டி அவர்களின் அவ்வியல்பினை பரமார்த்த குருவின் சீடர்களின் செயலோடு ஒப்பிட்டு "வேத விளக்கம்" என்ற நூலில் வீரமாமுனிவர் இவ்வாறு எழுதுகின்றார்:

> "இப்படியாகியும் பதிதர் ... நாஞ்சொல்லுவதற்கெல்லா மீது வேதத்தில் எழுதினதாகக் காட்டுங்கள் என்றும் ... எழுதாததைச் செய்யோமென்றுந் திரிகிறார்கள். அப்படிக் கள்ளக் குருவாகிய லூத்தேர்சீஷரான பதிதர் இதிலே பரமார்த்த குருவின் சீஷரேயானார்கள். அதெப்படியென்

றால் இந்நாட்டில் வழங்கும் கதையின்படியே ஒரு கண் குருடும், ஒரு கால் நொண்டியும், வாலுமின்றிக் காதுமின்றித் தவ உரூபமாய் வற்றியதோர் குதிரை மேலே பரமார்த்தகுரு வழிப் பாதையிற் போகையிலே கீழே தொங்கின மரக்கொம்பு பட்டுத் தலைப்பாகு பிறகே விழுந்ததாம். அதனைச் சீடர்கள் எடுத்தார்கள் என்றெண்ணிச் சற்றப்பால் நடந்தபின் அதெங்கேயென்று குரு கேட்டானாம். அதற்கவர்கள் தலைப்பாகு அங்கே விழுந்து கிடக்கும் என்றதற்கு அவன் கோபித்து, விழுந்ததெல்லாம் எடுக்கத் தேவையில்லையோ என்றான். அதைக் கேட்ட சீஷர் ஓடிப்போய் விழுந்த பாகையை எடுத்துக்கொண்டு வருகையில் அந்திராத்திரி பசும் பயிரில் மேய்ந்த குதிரை கழிந்து விடா நின்ற லத்தியிந் தலைப்பாகையில் ஏந்தியெடுத்துக் குருவின் கையில் வைத் தார்கள்.

அதற்கவன் மிகவுஞ் சினந்ததற்கு விழுந்ததெல்லாம் எடுக்கக் கற்பித்ததல்லோ வென்றார்கள். அப்போதவன் எடுக்கத் தகுவதும் எடுக்கத்தகாததும் உண்டென்றமையால் எடுக்கத் தகுவதை மாத்திரம் வேறுபட எழுதச் சொன்னார்கள். அவனுமெழுதினான்.

அப்புறம் போகையில் வழுக்கி நிலத்தில் தளர்ந்த நடையோடு நொண்டிக்குதிரை தவறிவிழுந்து, மருங்கிலிருந்த தாழ்ந்த குழியில் பரமார்த்த குருவுந் தலைகீழ் கால் மேலாக விழுந்து கோவென்றலறி என்னை எடுக்க ஓடி வாங்களென்று கூப்பிட, சீஷர் வந்தெழுதித் தந்த வோலையையெடுத்தொருவன் வாசிக்கத் தலைப்பாகு விழுந்தால் எடுக்கவும் சோமன் வேஷ்டி விழுந்தால் எடுக்கவும், சட்டையும் உள்ளாடையும் விழுந்தால் எடுக்கவும் என்றவன் வாசித்தபடி ஒன்றொன் றாய் எல்லாத்தையும் எடுத்து வைக்க, நிருவாணமாய்க் கிடந்த குரு தன்னையும் எடுக்கச்சொல்ல, எழுதினதெங்கே காட்டுமென்றும் எழுதினபடிச் செய்யோமே ஒழிய எழுதா ததை ஒரு காலுஞ் செய்யச் சம்மதியோம் என்று சீஷர் சாதித்ததனால், தப்பும் வழி வேறொன்றின்றி அந்தக் குரு ஒலையும் எழுத்தாணியும் வாங்கிக்கொண்டு கிடந்த இடத் திலே நானும் விழுந்தால் எடுக்கக் கடவீர்கள் என்றெழுதி னான்.

எழுதினதென்று சீஷர் கண்ட பின்னர் குருவையுமெடுத்துக் கொண்டார்கள். இந்தக் கதை பதிதரிடத்தில் மெய்யாக நடக்குந் தன்மையல்லோ”

ஒருவேளை இதனை மனதில்கொண்டு புராட்டஸ்டண்டு பிரிவினரைக் கேலி செய்யவே இந்நூல் எழுதப்பட்டதாக தெ.பொ.மீ கருதியிருக்கலாம்.

பரமார்த்த குரு கதையினை வீரமாமுனிவர் நடையிலேயே அவரது இலத்தீன் மொழி பெயர்ப்புடன் சீரிய பதிப்பாக மறைத்திரு வி.மி.ஞானப்பிரகாசம், சே.ச வெளியிட்டுள்ளார். அந்நூலுக்கு அவர் எழுதிய பதிப்புரையில், எதற்காக எழுதினார்? என்ற தலைப்பில் இவ்வாறு எழுதியுள்ளார்.

"இந்துமத மடாதிபதிகளை ஏளனம் செய்ய இதை முனிவர் எழுதினதாக டாக்டர் போப் போன்றவர்கள் கருதினர். சீர்திருத்தக் கிறித்தவர்களைப் (புராட்டஸ்டண்டு மதத்தினரை) பரிகாசம் பண்ண எழுதினார் என்றும் சிலர் எழுதியுள்ளனர்.

வேறே இரு நோக்கங்களுக்காகவே எழுதினதாக முனிவர் உரைக்கின்றார். பேச்சுத் தமிழின் இலக்கணம் படிக்கும் வெளிநாட்டு மதத் தொண்டருக்கும் பாடப் புத்தகமாக இந்நூல் அமைந்து, கசப்பான இலக்கணத்தை இனிப்பாக நகைச்சுவைக் கதையின் வழியே காட்ட வேண்டும் என்பது ஒரு நோக்கம். பொதுத் தமிழ் நூல்கள் அன்று அச்சேறாமல் கைப்பிரதி நூல்களாகவே இருந்தன. படியெடுப்போரின் அறியாமையால், சோம்பலால் பக்கந்தோறும் எழுத்துப் பிழைகள் எழுவதைத் தடுக்கலாம் என்றும் முனிவர் எண்ணினார்.

இந்த இரு நோக்கங்களை உணராமல் வேறு நோக்கங்களைக் கூறுவது தூய பணி நோக்கமுடைய புனித உள்ளத்தைப் புண்படுத்துவதாகும்."

அடிகளாரின் இக்கருத்தே பொருத்தமாக உள்ளது. பரமார்த்த குருவின் கதைக்கு வீரமாமுனிவர் எழுதிய இலத்தீன் முன்னுரையில்

"...மேலும் படியெடுப்போரின் அறியாமை ஓரளவும், சோம்பல் ஓரளவும் காரணமாகப் பற்பல பொதுத்தமிழ் நூல்களின் ஒரு பக்கங்கூட எழுத்துப் பிழையின்றி இருப்பதை நாம் காணமுடியாது."

"இது மொழி பயிலத் தொடங்குவோருக்குத் தொல்லை யாகவும், தீமையாகவும் முடிகிற இந்த காரணத்தால் இச்சில எடுத்துக்காட்டுகளை, அச்சிலேற்ற நினைத்தேன். அச்சுப்பிரதிகொண்டிருக்கும் தமிழ் மாணவர்கள் தமிழில்

உள்ள எழுத்து ஒழுங்குகள் எல்லாம் காப்பாற்றப்பட்டிருப் பதற்கு எடுத்துக்காட்டுகளைக் கொண்டிருப்பர்."

"இவற்றில் தொடக்கத்தில் பிழையான எழுத்துகளுக்குப் பழக்கப்படாமல் இருப்பர். இந்த நோக்கத்தோடு முதலில், போதிய அளவு நகைச்சுவை கொண்டதும் இப்பகுதியில் பேர் பெற்றதுமான கதையைத் தேர்ந்துகொண்டேன். இவ்வாறு பயனுள்ளதோடு நயனுள்ளதைக் கலந்து எரிச்ச லும் களைப்பும் நிறைந்த இந்த மொழிக் கல்வியை எளி தாக்கி இனிய குழலோசையில் குழைத்ததாகக்கொடுக்க என்னால் கூடும். இதனால் உள்ளங்கவரப்படும். இன்ப மடையும்."

என்று கூறுவதும் மறைத்திரு ஞானப்பிரகாசம் அடிகளாரின் கருத்தினை உறுதிப்படுத்துகின்றன.

நூலின் கதையும் அமைப்பும்

பரமார்த்த குரு என்ற குருவையும், மட்டி, மடையன், பேதை, மிலேச்சன், மூடன் என்ற அவரது ஐந்து சீடர்களையும் அவர்களது மூடத்தனமான செயல்களையும்.

1. ஆற்றைக் கடந்த கதை
2. குதிரை முட்டை வாங்கின கதை
3. வாடகை மாடேறிப் பிரயாணம் போனது
4. குதிரை பிடிக்கத் தூண்டில்விட்ட கதை
5. குதிரை மேனின்றூருக்குப் போன கதை
6. பிராமணன் சொன்ன புரோகிதக் கதை
7. குதிரையிலிருந்து விழுந்த கதை
8. குருவை சேமித்த கதை

என்னும் எட்டுக் கதைகளில் நகைச்சுவை ததும்பச் சித்திரித் துள்ளார். இந்த எட்டுக் கதைகளும் ஒரு தொடர்புடையனவாக அமைந்திருந்தாலும், ஒவ்வொன்றும் ஒரு தனிக் கதையாக அமையும் தன்மையுடையன.

தமிழ்நாட்டில் வழங்கிவந்த கதைகளையும் தாம் அறிந் திருந்த பிறமொழிக் கதைகளையும் தம் கற்பனையில் தோன்றிய கதைகளுடன் இணைத்தே இந்நூலை உருவாக்கியுள்ளார் முனிவர். மேலும் தமது இலத்தீன் முன்னுரையில்

> "...இந்த நோக்கத்தோடு முதலில், போதிய அளவு நகைச் சுவை கொண்டதும், இப்பகுதியில் பேர் பெற்றதுமான கதையைத் தேர்ந்தெடுத்துக்கொண்டேன். வெட்டிய மரத்தில் சிறுசிறு புறக்கிளைகளை இங்குமங்கும் ஒட்டிக் காட்டுவது போல, இக்கதையில் வேறு சில கதைகளைச் சேர்த்துள்ளேன்."

என்று குறிப்பிடுகின்றார். இக்கதையில் உப்புமூட்டை சுமந்து செல்லும் கழுதை ஆற்றில் விழ, உப்பு கரைந்துபோதல், ஆற்றைக் கடக்கும் பொறாமை உணர்வு கொண்ட நாய், தன் நிழலைக் கண்டு சண்டையிட்டு வாயில் கவ்வியிருந்த கறித்துண்டை இழத்தல் என்ற இரண்டு கதைகள்" "ஆற்றைக் கடந்த கதையில்" கிளைக்கதைகளாக வருகின்றன. இவ்விரண்டு கதைகளும் ஈசாப் நீதிக் கதைகளாகும்.

குதிரை மேனின்றூருக்குப்போன கதையில் சிறுநீருக்கு வரிபோட்ட மன்னன் ஒருவனின் செயல் கூறப்பட்டுள்ளது. இது இலத்தீன் எழுத்தாளர் "யூவன்ஸ்" என்பவரின் அங்கத நூலிலிருந்து எடுத்த நிகழ்ச்சியென்று மறைத்திரு. ஞானப்பிரகாசம் அடிகளார் கூறுவார். குருவை சேமித்த கதையில் வரும் 'உலக்கை பூசை' குறித்த கதை தமிழ்நாட்டில் வழங்கும் வாய்மொழிக் கதையாகும்.

பரமார்த்த குரு கதையின் சிறப்பு

உரைநடையில் அமையும் வாய்மொழிக் கதைகள் சிறுகதையின் தோற்றத்திற்கு அடிப்படையாக அமைந்தன. தமிழ்மொழியில் வாய்மொழிக் கதையையும் சுயகற்பனையையும் இணைத்து உரைநடையில் கதை நூலாக எழுதும் முயற்சி முனிவரால்தான் முதன் முதலாகத் துவக்கி வைக்கப்பட்டது. அவருடைய படைப்பு மக்கள் மத்தியில் பரவிக் கதை படிக்கும் ஆர்வத்தை வளர்த்தது.

> "பதினெட்டாவது நூற்றாண்டின் இறுதிவரையில் தமிழ்ச் சிறுவர்கள் கற்கலான வசனநூல்களை விரல் விட்டெண்ணுமிடத்து, "அவிவேக பரிபூரண குருகதை" எனச் சுண்டுவிரல் ஒன்றை மாத்திரமே மடக்கலாம்; மற்றை விரல்கள் நிமிர்ந்தே நிற்கும்."

என்று செல்வக்கேசவராய முதலியார் குறிப்பிடுவார். பெஞ்சமின் பாபிங்டன் என்னும் ஆங்கிலேயர் பரமார்த்த குருவின் கதையினை 1822இல் புத்தகமாக வெளியிட்டார். அதன் பிறகு 1851இல் பாண்டிச்சேரியிலிருந்தும் வெளியானது. பின் 1888இல் 'அவிவேக பூரணகுரு கதை' என்ற பெயரில் இது வெளியாகியுள்ளது. வெளியான இடம் குறித்துத் தெளிவாகத் தெரியவில்லை. 1822இல் இக்கதை வெளியான பின்னர்தான் 'பஞ்ச

தந்திரக் கதை', 'மதன காமராசன் கதை' போன்ற கதை நூல்கள் அச்சிடப்பட்டு வெளிவந்தன (மயிலை. சீனிவேங்கட சாமி 1962:393).

தமிழ் உரைநடை, சிறுகதை ஆகியவற்றின் தந்தையாக வீரமாமுனிவர் திகழுகிறார் என்று தெ.பொ.மீ (1965:175) கூறுவதும், பரமார்த்த குரு கதை தமிழில் உரைநடை ஆக்க இலக்கியம் ஆக்கப்படுவதற்கான அடிக்கல்லாகும் என்று சிவத்தம்பி (1967:1) கூறுவதும் இங்கு நினைவுகூரத் தக்கனவாகும்.

பிறமொழிகளில் பரமார்த்த குருவின் கதை

தமிழ் மக்களை மகிழ்விக்கும் இக்கதை பிறமொழியாளரின் உள்ளத்தையும் ஈர்த்து அவர்களால் மொழிபெயர்க்கப்பட்டுள்ளது. பிரெஞ்சு நாட்டைச் சேர்ந்த அபீதுபாய்ஸ் என்ற கத்தோலிக்கத் துறவி 1826ஆம் ஆண்டில் பிரெஞ்ச் மொழியில் மொழிபெயர்த்துள்ளார்.

ஆங்கில மொழியில் பெஞ்சமின் பாபிங்டன் என்னும் ஆங்கிலேயர் 1822இல் *The Adventures of the Gooreo paramath a tale in the Tamil language* என்ற தலைப்பில் தமிழ் மூலத்துடன் வெளியிட்டுள்ளார்.

Grey Goose Quill என்னும் ஆங்கிலேயர் 1861இல் *Strange Surprising ventures of the Venerable gooreo Simple, and his Five, Disciples, noodle wisearcre zency, and Foozle.* என்னும் தலைப்பில் பாபிங்டனின் மொழிபெயர்ப்பைத் தழுவி வெளியிட்டுள்ளார். இந்நூலில் ஐம்பது படங்களும் அச்சிடப்பட்டிருந்ததாகத் தெரிகிறது.

W.A. கிளாஸ்டன் என்னும் ஆங்கிலேயரும் 1888இல் ஆங்கிலத்தில் இந்நூலை வெளியிட்டுள்ளார்.

ஃரோலி என்னும் சேசுசபை துறவி பரமார்த்த குரு கதைக்கு, பல பிரெஞ்சு மொழிபெயர்ப்புகள் இருப்பதாகக் குறிப்பிடுகிறார். அத்துடன் குறைந்த பட்சம் ஒரு ஜெர்மன் மொழிபெயர்ப்பாவது இருக்கலாமென்று கருதுகிறார்.

செக் மொழியில் கமில் சுவலபில் இந்நூலை மொழிபெயர்த்துள்ளார். வீரமாமுனிவர் தம்முடைய தமிழ் நடையையொட்டியே லத்தீன் மொழியில் பரமார்த்த குரு கதையினை எழுதியுள்ளார். (தகவல்: அருட்திரு. வி.மி. ஞானப்பிரகாசம் சே.ச)

நகைச்சுவை நிரம்பிய பரமார்த்த குரு கதை தமிழ் உரை நடை வளர்ச்சியில் ஒரு மைல் கல்லாகும். உரைநடையின் பயன்பாட்டை அது மாற்றியமைத்தது. இதை கா. சிவதம்பியின் (2001, 81—83)

"முதலாவதும் மிக முக்கியமானதும், இலக்கியம் பற்றிய எண்ணக் கருவில் ஏற்பட்ட மாற்றமாகும். தமிழ் இலக்கியப் பாரம்பரியத்தில் இலக்கியத்தின் 'பெறுநர்' வட்டம் மிகக் குறுகியதே. உயர் இலக்கியத்தின் 'பெறுநர்' வட்டமும் அடிநிலை இலக்கியத்தின் பெறுநர் வட்டமும் வெவ்வேறாக ஒன்றுடன் ஒன்று தொடர்பற்றனவாகக் கூட இருந்தன. நவீனத் தமிழ் இலக்கியத்தில் இந்த இருகிளைப்பாடு, சனநாயகவாக்கம் (Democratization) காரணமாக கருத்து நிலையில் அகற்றப்பெறுகிறது. கிறித்தவம் முன்னர் நிலவிய பெறுநர் வட்ட இறுக்கத்தைத் தளர்த்தியது. இது ஒரு பெருஞ் சாதனையாகும்.

மதக் கோட்பாடுகள், முறைமைகள் அம்மதத்தைப் பின் பற்றுவோர் யாவராலும், முழுத் திருக் கூட்டத்தாலும் (Congregation) விளங்கிக் கொள்ளப்பட வேண்டுமென்பது கிறித்தவ வாதம். அது விவிலியத்தை வாசிக்கின்ற எழுத் தறிவுள்ள (புரட்டஸ்தாந்திகள்) கூட்டமாக இருக்கலாம் அல்லது அதனை வாசிப்பதை அத்தியாவசியமாக்காத கத்தோலிக்கக் கூட்டமாக இருக்கலாம். ஆனால் இரு நிலைகளிலும் 'கூட்டம்' முக்கியமாகிறது. சமய விளக்கம் கூட்டம் நோக்கியதாக இருத்தல் வேண்டும் என்பது இங்கு முக்கியமாகிறது.

இது இந்து மதத்திற்கு, முக்கியமாகச் சைவ மதத்திற்குப் புறம்பான ஒரு கோட்பாடாகும். விமோசனமார்க்கம் தனிநிலைப்பட்டதென்பது ஒரு புறமிருக்க, வழிபடுவோர் எல்லோரையும் ஒரு கூட்டமாகக் கருதும் வழக்கம் சைவத்தில் ஒருகாலமிருந்ததெனினும் பின்னர் வற்புறுத்தப் படவில்லை.

இலக்கியம் பற்றிய இக்கருத்துநிலை மாற்றம் (Ideological Change) படிப்படியாக நவீன இலக்கியத்திற்கு எம்மை இட்டுச் செல்கிறது. இவையே நவீன இலக்கியங்களாகி விடவில்லை. நவீன இலக்கியத்தின் வருகைக்கான தயார் நிலை தமிழில் ஏற்பட்டுவிடுகின்றது."

என்ற கூற்றால் புரிந்துகொள்ள முடியும். அவர் கூறுவதுபோல உரைநடையின் பயன்பாட்டை மாற்றியமைத்ததுடன், தமிழ்ச் சிறுகதைக்கு வித்திட்டவராகவும் வீரமாமுனிவர் விளங்குகிறார்.

துணை நூற்பட்டியல்

Ferrolis. J (1951) *The Jesuits in Malabar Vol. II*
Houpert, S.J.A. *South Indian Mission*

ஆ. சிவசுப்பிரமணியன்

John Mardoch (1968) *Classified Catalogue of Tamil printed Books*

Meenakshi Sundaram T.P. (1965) *History of Tamil Literature*

Thomas Srinivasan (1954)

Beschi The Tamil Scholar and poet. *Tamil Culture Vol. III No, 2 April 1954.*

அண்ணாமலை *(1963)* நச்சினார்க்கினியர்

கிருஷ்ணசைதன்யா *(1958)* புராதன எகிப்து

கோவிந்தன். வை *(1977)* ஈசாப் குட்டிக் கதைகள்

கைலாசபதி. க தமிழ் நாவல் இலக்கியம்

சிவத்தம்பி. கா. *(1967)* தமிழில் சிறுகதையின் தோற்றமும் வளர்ச்சியும்

சிவத்தம்பி. கா. தமிழ் இலக்கியத்தில் மதமும் மானுடமும்

செல்வக்கேசவராய முதலியார், தமிழ் வியாசங்கள்

வேங்கடசாமி, மயிலைசீனி. *(1962)* கிறித்தவமும் தமிழும்

வீரமாமுனிவர் – வேதவிளக்கம்

வையாபுரிப்பிள்ளை *(1954) இலக்கிய மணிமாலை.*

8

கல்லறை வாசாப்பு நாடகம்

நாட்டார் நிகழ்த்துக் கலைகளுள்(Folk Performing Arts) ஒன்றாக நாட்டார் நாடகமும் அமைகின்றது. தமிழக நாட்டார் வழக்காற்றியல் ஆய்வில் மிகவும் புறக்கணிக்கப் பட்ட பகுதியும் இதுவேயாகும். தெருக்கூத்து, பாவைக் கூத்து, பொம்மலாட்டம், வில்லுப்பாட்டு, கணியானாட் டம், லாவணி போன்ற நாட்டார் நிகழ்த்துக் கலைகளைப் போல் பரவலான அறிமுகம் நாட்டார் நாடகங்களுக்கு இல்லையென்றாலும் ஆங்காங்கே சில கிராமங்களில் இக்கலை இன்றளவும் நிகழ்ந்துவருகின்றது. பெரும்பா லான நாட்டார் நிகழ்த்துக் கலைகளைப் போன்றே நாட்டார் நாடகமும் சமயத்துடன் தொடர்புகொண்டு நிலைபெற்றுள்ளது.

நாடகங்களை (1) நாட்டார் நாடகங்கள் (Folk drama) (2) பிரபல நாடகங்கள்(Popular drama) (3) பண்பட்ட நாடகங்கள் (Sophisticated drama) என்று பகுக்கும் ரோகர் – டி – ஆபிரகாம்ஸ் (1972:345) நாட்டார் நாடகங்களின் இயல்பு குறித்துக் கூறும் கருத்துகளின் சாரம் வருமாறு:

1) கிராமத்தினால் அல்லது சிறு குழுவினரால் நடத்தப் படும்.

2) பங்குகொள்ளும் நடிகர்கள் நாடகம் நிகழும் சமுதா யத்தின் உறுப்பினர்கள். எனவே, பெரும்பான்மையான பார்வையாளர்களால் அறியப்பட்டவர்கள்.

3) சிறப்பு நாட்களில் மட்டுமே (குறிப்பிட்ட பருவம் – திருவிழா) நடைபெறும்.

இக்கருத்து தமிழ்நாட்டுக் கிராமங்களில் நிகழும் நாட்டார் நாடகங்களுக்கும் பொருந்தும். இத்தகைய நாடகங்கள் பொதுமக்கள் நெறியாகக் கலை உலகில்

ஆ. சிவசுப்பிரமணியன்

அமைகின்றன. சமய இலக்கியங்களும் தத்துவ நூல்களும் எட்டாத பெரும் பகுதியான மக்கள் திரளை ஈர்க்க, சமயம் சார்ந்த நாடகங்களும் கூத்துகளும் பயன்பட்டுள்ளன.

இத்தகைய போக்கு தமிழகத்தில் பரவிய கத்தோலிக்கத்திலும் காணப்படுகின்றது. சமூகத்தின் கீழ்மட்டத்திலிருந்த ஒடுக்கப்பட்டவர்களை ஈர்த்த இச்சமயமானது, அவர்களைத் தொடர்ச்சியாகத் தனது நெறியில் நிறுத்த மேற்கொண்ட முயற்சிகளுள் ஒன்றாக நாட்டார் நாடகங்களும் அமைந்தன. கி.பி.1584 டிசம்பர் 15ஆம் நாள் அலெக்சாண்டர் வாலிங்கனோ என்ற சேசு சபைத் துறவி ரோமிலுள்ள சேசு சபையின் அதிபர் தந்தைக்கு எழுதிய கடிதத்தில், இங்குள்ள மக்களைக் கவர்வதற்கும் இந்துத் திருவிழாக்கள் குறித்து அவர்கள் கொண்டுள்ள உணர்வையும் நினைவையும் மாற்றுவதற்கும் நாடகங்களை உருவாக்கியுள்ளதாக எழுதியுள்ளார். தமிழ்நாட்டைப் பொறுத்தளவில் பல கோவில் விழாக்கள் நாடகத்தன்மை வாய்ந்த சடங்குகளைக் கொண்டுள்ளமை குறிப்பிடத்தக்கது. சான்றாக, திருக்கல்யாணம், சூரன்வதை, அழகர் ஆற்றில் இறங்குதல் போன்ற விழாக்களைக் குறிப்பிடலாம். நாட்டார் தெய்வ வழிபாட்டில் வில்லுப்பாட்டு, கணியான் கூத்து, தெருக்கூத்து போன்ற நாட்டார் நிகழ்த்துக் கலைகளில், பொழுது போக்கும் பக்தியும் இணைந்து காணப்படுவது குறிப்பிடத்தக்கது. இத்தகைய சூழலில் புதிதாக கத்தோலிக்கர்களான அடித்தள மக்களை ஈர்க்கும் வகையில் நாடகங்களை உருவாக்க வேண்டிய அவசியம் தொடக்கக் காலக் கத்தோலிக்கக் குருக்களுக்கு இருந்தது.[1]

கி.பி. பதினாறாம் நூற்றாண்டில் தமிழகத்தின் கடற்கரைப் பகுதிகளில் கத்தோலிக்கம் பரவத் தொடங்கிய காலத்திலேயே அச்சமயத் தொடர்புடைய நாடகங்களும் தோன்றத் தொடங்கின. யேசுவின் பிறப்பு குறித்து அன்னை மரியாளுக்குத் தேவதூதர்கள் அறிவித்தல், யேசுவின் பிறப்பு ஆகியன நாடகங்களின் வாயிலாக விளக்கப்பட்டன (*Wicki, 1966: 64*). கி.பி. 1648ஆம் ஆண்டில் தூத்துக்குடி பனிமய அன்னை ஆலயத்தில் திருநாள் கொண்டாடப்பட்டதை வர்ணிக்கும் பல்தசார் டி கோஸ்தா என்ற சேசு சபைத் துறவி அங்கு நாடகங்கள் நிகழ்ந்ததை இவ்வாறு குறிப்பிடுகிறார்:

> "தேவ அன்னையின் வாழ்க்கை வரலாறு, அவளது புதுமைகள் ஆகியவற்றை விளக்கித் தினந்தோறும் சுதேசி மொழியில் (தமிழில்) நாடகங்கள் நடைபெற்றன. பரதக் கிறித்தவர்கள் இந்நாடகங்களைத் தங்களுக்குரிய கலைத் திறமைகளோடும், கருத்தைக் கவரும் பாடல்களோடும்

மிக அருமையாக நடித்துக் காண்பித்தனர். இத்தகைய பக்தி நாடகங்களை நடிப்பதில் இவர்கள் நல்ல திறமை சாலிகள்" (வெனான் சியுஸ் 1986: 46—47).

தூத்துக்குடி மாவட்டத்திலுள்ள மணப்பாடு கிராமத்தில் புனித யாகப்பர் தேவாலயம் ஒன்றுள்ளது. கி.பி.1581ஆம் ஆண்டு கட்டப்பட்ட இத் தேவாலயத்தின் பின்பகுதியில் உயர்ந்த மேடையுடன் கூடிய மண்டபம் ஒன்றிருந்து பின் தரை மட்ட மாகிவிட்டது. இதனை பாஸ்கு மண்டபம் என்று ஊரார் அழைத்துள்ளனர். பாஸ்கா நாடகம் நிகழும் மேடையாக இது இருந்துள்ளதாலேயே, பாஸ்கு மண்டபம் என்று இது அழைக்கப்பட்டுள்ளது. மணப்பாடிற்குத் தெற்கே உள்ள பெரிய தாழை என்ற கடற்கரைச் சிற்றூரிலும் பாஸ்கு நாடகம் மிகச் சிறப்பாக நடந்துவந்துள்ளது. இங்கு குருவாகப் பணி யாற்றிய டேனிஷ் குஷன் என்ற பாதிரியார், பெரிய தாழையில் நடைபெற்ற பாஸ்கு நாடகம் குறித்து 'மதுரையில் 50 ஆண்டுகள்' என்ற நூலில் விரிவாக எழுதியுள்ளார் (வெனான் சியூஸ், 1978: 82–86).

கூத்து வடிவிலமைந்த கல்லறை வாசாப்பு நாடகமானது, காமநாயக்கன்பட்டி என்னும் சிற்றூரில் கிட்டத்தட்ட நூற்றைம் பத்தைந்து ஆண்டுகளாக ஈஸ்டர் திருநாளையொட்டி நடை பெற்று வந்துள்ளது. தற்பொழுது பத்தாண்டுகளாக இது நடை பெறவில்லை. இதே நாடகத்தின் காகிதப் பிரதியை அடிப்படை யாகக்கொண்டு வெங்கடாசலபுரம் என்னும் சிற்றூரிலும் இந்நாடகத்தை ஒயில் கும்மிவடிவில் நிகழ்த்திவருகிறார்கள். காமநாயக்கன்பட்டியில் நிகழ்த்திய கள ஆய்வின் அடிப்படையில் இக்கட்டுரை எழுதப்பட்டுள்ளது.

வாசாப்பு

'வாசல் காப்பு' என்ற சொல்லே வாசாப்பு என்று திரிந்து வழங்குகிறது. சிலுவையில் அறையுண்ட யேசுநாதரின் கல்லறைக் காவல் குறித்து இந்நாடகத்தில் குறிப்பிடப்படுவதால் 'கல்லறை வாசாப்பு' என்றும் இந்நாடகம் குறிப்பிடப்படும்.[2]

கள ஆய்வின்போது கேட்டறிந்த செய்திகளை மேலும் ஆராய்ந்தபோது, வாசல் காப்பு என்பதன் திரிபே வாசாப்பு என்ற கருத்து பொருத்தமற்றது எனத் தெரியவந்தது. வாசகப்பா என்ற நாடக வகையே வாசாப்பு என்று திரிந்து வழங்குகிறது. கல்லறை வாசகப்பா என்பதே கல்லறை வாசாப்பு என்றாகி, வாசாப்பு நாடகம் எனச் சுருக்கமாக அழைக்கப்படுகின்றது என்பதுதான் உண்மையாகும்.

வாசகம் என்ற சொல் வசனத்தைக் குறிக்கின்றது. 'வசனம் பாசுரம் வார்த்தையும் வாசகம்' எனப் பிங்கல நிகண்டு (நூற்பா 2003) குறிப்பிடும். வாசகப்பா என்பதற்கு வாசாப்புப் பாட்டு என்று கதிரைவேற்பிள்ளை தமிழகராதியும் வின்சுலோ தமிழ் அகராதியும் பொருள் கூறும். எனவே, வசனமும் பாடலும் கலந்த நாடக வகையே வாசகம் (வசனம்) + பா, வாசகப்பா என்றாகி வாசாப்பு என்று திரிந்துள்ளது என்று கூறுவது பொருத்த மானதாகும். வாசகப்பா என்பது ஒரு நாடக வகை அல்லது நாடக உத்தி என்பதற்கு ஈழத்து அறிஞர்கள் இருவரின் கூற்றும் அரண் செய்கிறது.

'நாடகங்களின் சுருக்கங்களே வாசகப்பாக்கள் அல்லது வாசாப்புக்கள்' என்று குறிப்பிடும் கலாநிதி வித்தியானந்தன் (1966:5) இது குறித்து மேலும் கூறுவதாவது:

"வாசகப்பா என்ற சொல் வசனம் கலந்த பாட்டு என்று பொருள்படும். ஒரே கதையை நாடகமாகவும் வாசகப்பா வாகவும் பாடுதல் உண்டு. உதாரணமாக அந்தோணியார் நாடகம் அந்தோணியார் வாசகப்பா, சந்தொம்மையார் நாடகம், சந்தொம்மையார் வாசகப்பா, மூவிராசாக்கள் நாடகம், மூன்றிராசாக்கள் வாசகப்பா எனக் கூத்து நூல்கள் இருப்பதைக் காணலாம்" (வித்தியானந்தன் 1969:72).

வாசகப்பா குறித்து கலாநிதி சிவத்தம்பி (1978: 141) கூறும் பின்வரும் கருத்தும் மேற்கூறிய கருத்துடன் ஒத்துவருகிறது.

"நாடகங்களின் சுருக்கங்களாக அமைவனவே வாசகப் பாக்கள். உரையிடையிட்ட பாக்களையே அதாவது வசனம் கலந்த பாக்களையே இவ்வாறு குறிப்பிடுவர். வாசகப்பா கதை கூறும் உத்தியே. இதனைத் தொடர் நிலைச் செய்யுள் பற்றிய ஓர் உத்தியாகவே கொள்ளவேண்டும்."

தமிழறிஞர் தெ.பொ. மீனாட்சி சுந்தரனார் உரையும் பாட்டும் இணைந்து நாடகம் உருவானமைக்குத் தரும் விளக்கம் வருமாறு:

"பாட்டினை அறிய முடியாத அவ்வளவு அறியாமையி னால் மக்கள் வாடிய காலத்தில் பாட்டின் கருத்தினை உரைநடையில் கூறவேண்டுவதும் இன்றியமையாது வேண்டப் படுவதாயிற்று. வாசகம் என்பது உரைநடை; பா என்பது பாட்டு. பாட்டும் வாசகமும் வருவதே வாசகப்பா நாடக மாகும்."

இவ்வாறு கூத்து நாடக வகையுள் ஒன்றாக அமையும் வாசாப்பு நாடகமானது தமிழகத்தில் பரவலாக வழக்கிலிருந் துள்ளது. கத்தோலிக்கர் மிகுதியாக வாழும் வடக்கன்குளம் என்ற கிராமத்தில் 19ஆம் நூற்றாண்டின் தொடக்கத்தில் நிகழ்ந்த,

சமய நாடகங்களாக 'பெரிய சனிக்கிழமை வாசாப்பு', 'மூன்று ராசாக்கள் வாசாப்பு' என்ற பெயர்கள் குறிப்பிடப்பட்டுள்ளன. (சவுரிராயன் 1899: 44–45). முன்னர் குறிப்பிட்ட மணப்பாடு கிராமத்திலும் 'கல்லறை வாசகப்பா' என்ற நாடகம் பெரிய சனிக்கிழமையன்று நிகழ்ந்து வந்துள்ளது. பிரான்சில் 1912இல் வெளியான Catalogue sommaire des manuscrites Indiens de la Bibliotheque nationale Paris 1912 என்ற நூற்பட்டியலில் 'இஸ்தாக் கியர் வாசகப்பா' என்ற சுவடியும் குறிப்பிடப்பட்டுள்ளது.

கிறித்தவ சமயம் தழுவிய வாசாப்பு நாடகங்கள் மட்டு மின்றி, இந்து புராணக் கதைகளையொட்டிய வாசாப்பு நாடகங் களும் இருந்துள்ளன. இதற்குச் சான்றாக "இரணியன் வாசகப்பா" (பெருமாள் 1979: 121) என்ற வாசாப்பு நாடகத்தினைக் குறிப் பிடலாம்.

கல்லறை வாசகப்பா என்ற கூத்து நாடகமே காமநாயக்கன் பட்டி கிராமத்தினரால், வாசாப்பு நாடகம் என்றழைக்கப்படுகிறது என்பதனை இச்செய்திகள் மட்டுமின்றி நாடகத்தின் அமைப்பும் உறுதிப்படுத்துகிறது. வசனம் கலந்த பாடல்களாகவே இந்நாடகம் அமைந்துள்ளது.

இந்நாடகம் சமயச் சடங்குடன் நெருங்கிய பிணைப்புக் கொண்டுள்ளதால் இந்நாடகத்தை மட்டும் தனியே ஆராய்வது பொருத்தமற்றது. இந்நாடகத்தினைப் பற்றி ஆராயுமுன்னர் இது நிகழும் இடத்தையும் காலத்தையும் ஆராய்வது அவசியமாகும்.

காமநாயக்கன்பட்டி

சிதம்பரனார் மாவட்டத்தின் முக்கிய நகரங்களுள் ஒன்றான கோவில்பட்டி நகருக்குத் தெற்கே ஏறத்தாழ 12கி.மீ. தொலை வில் உள்ள கிராமம் காமநாயக்கன்பட்டியாகும். இக்கிராமத்தின் பெயரிலேயே ஊராட்சி மன்றமும் அமைந்துள்ளது. 17, 18ஆம் நூற்றாண்டுகளில் மதுரை மறைத்தளத்தைச் சேர்ந்த கத்தோலிக்க துறவியரின் இருப்பிடமாக இது திகழ்ந்தது. 1688ஆம் ஆண்டில் எழுதப்பட்ட சேசு சபையினரின் ஆண்டு மடலில் காமநாயக்கன் பட்டியைக் குறித்த குறிப்பு முதல் முறையாகக் காணப்படுகிறது. ஜான் – டி – பிரிட்டோ, வீரமாமுனிவர் போன்ற புகழ்வாய்ந்த சேசுசபைத் துறவியர் இங்கு இருந்துள்ளனர். இங்குள்ள பரலோக மாதா ஆலயம் எட்டயபுரம் ஜமீன்தாரின் பாதுகாவலை 17ஆம் நூற்றாண்டில் பெற்றுள்ளது. இது தொடர்பான, 1690ஆம் ஆண்டுக் கல்வெட்டினை இன்றும் இத்தேவாலயத்தின், முன் நுழைவு வாயிலில் காணலாம்.

காமநாயக்கன்பட்டி மற்றும் அதனைச் சுற்றியுள்ள எட்டு நாயக்கன்பட்டி, குருவிநத்தம், செவல்பட்டி ஆகிய கிராமங் களில் வாழும் கத்தோலிக்கர்களின் வழிபாட்டுத்தலமாக இத் தேவாலயம் இன்று விளங்குகிறது.

இவ்வாலயத்தில் நிகழும் ஈஸ்டர் திருநாளுடனும் அதனை யொட்டிய பிற நிகழ்ச்சிகளுடனும் வாசாப்பு நாடகம் இணைந் துள்ளது. எனவே, பரலோக மாதா ஆலயத்தில் ஈஸ்டர் திருநாளை ஒட்டிய நிகழ்ச்சிகளைச் சுருக்கமாகக் காண்போம்.

காமநாயக்கன்பட்டியில் ஈஸ்டர்

யேசுநாதரின் மறு உயிர்ப்பு நாளான புனித ஞாயிற்றுக் கிழமைக்கு (Easter day) மூன்று நாட்களுக்கு முன்னரே இது தொடர்பான சமயச் சடங்குகள் காமநாயக்கன்பட்டியில் நிகழத் தொடங்குகின்றன.

புனித வெள்ளிக்கு முதல் நாளான வியாழன் 'பெரிய வியாழன்' என்றழைக்கப்படும். பெரிய வியாழனன்று காலையில், வளம் படைத்தவர்களும், நேர்ச்சை செய்துகொண்டவர்களும் முன்னதாகத் தேர்ந்தெடுத்துக்கொண்ட 12 அனாதைகள் அல்லது ஏழைகளை வீட்டிற்கு அழைப்பர். வீட்டின் முன் அவர்கள் பாதங்களைக் கழுவிய பின்னர் உள்ளே அழைத்துச்சென்று உணவு படைப்பர். சிலர் பன்னிருவருக்கும் உடை வழங்குவ துண்டு. யேசுநாதர், பன்னிரு சீடர்களுடன் 'கடைசி விருந்து' உண்டதன் நினைவாக (அருளப்பர், 13: 4–10) இந்நிகழ்ச்சி நிகழ்கிறது. அன்று தருமப் பதநீர், மோர் ஆகியனவும் வழங்கப்படும்.

மறுநாள் காலையில் (யேசு நாதர் சிலுவையில் அறையுண்ட வெள்ளிக் கிழமை) அனைவரும் ஒரு மடக்கு வேப்பிலைச் சாறி னைப் பருகுவர். இது சிலுவை யில் அறையப்படுமுன் கசப்புக் கலந்த திராட்சை இரசத்தை யேசுவுக்குப் பருகக் கொடுத்ததை (மத்தேயு, 27:34) நினைவூட்டும் நிகழ்ச்சியாகும்.[3] வீடுகளில் உணவு சமைப்பது கிடையாது. மொச்சை, தட்டாம் பயிறு போன்ற பயறு வகைகளை அவித் துண்பர்.[4] கரிசல் நிலப்பகுதி

களில் துக்க வீட்டில் நிகழும் இச்செயலை ஊர் முழுவதும் மேற்கொள்ளுவதன் வாயிலாக ஒரே துக்கம் கொண்டாடுவது வெளிப்படுத்தப்படுகிறது. வழக்கமான தேவாலய மணியை அடிக்காமல் அன்று 'கிரிக்கி' என்ற மரக் கருவியைச் சுற்றி ஒலி எழுப்புவர்.

அன்று மாலையில் ஆளுயுர மரச்சிலுவையில் பொருத்தப் பட்ட யேசுநாதரின் உருவத்துடன் கோவிலைச் சுற்றி வருவர். சிலுவையில் அறையப்படும் முன்னர் யேசு அடைந்த துன்ப நிலைகளை (பாடுகளை) சித்தரிக்கும் 14 ஓவியங்கள் தேவாலயத் தின் வெளிச்சுவரில் அறைந்து வைக்கப்படும். இப்படங்களுடன் கூடி தேவாலயத்தின் வெளிப்பகுதியைச் சுற்றி வருவர். ஒவ் வொரு ஓவியத்திற்கும் ஒரு விருத்தம் என்ற முறையில் பதினான்கு சுற்றிற்கும் பதினான்கு விருத்தம் பாடப்படும். இதனைச் "சிலுவைப் பாதை" என்பர்.

சிலுவைப்பாதை முடிந்ததும் சிலுவையில் அறையப்பட்ட தால் குருதி வடியும் நிலையில் காட்சியளிக்கும் யேசுவின் உருவம் படுத்த நிலையில் பனைநார்க் கட்டில் ஒன்றில் வைக்கப் படும். இவ்வுருவம் "மரித்த ஆண்டவர்" எனப்படும். தேரோடும் வீதிகளில் மௌன ஊர்வலமாக மரித்த ஆண்டவரை எடுத்துச் செல்வர். பின்னர் ஆலயத்தினுள் திருப்பலிபூசை நிகழும். இதன் பின்னர் மரித்த ஆண்டவர் உருவத்தை ஆலயத்தினுள் வைத்து ஆலயத்தை மூடிவிடுவர். ஞாயிறு அதிகாலையில் தான் ஆலயம் மீண்டும் திறக்கப்படும். அது வரை ஆலயத்தினுள் வழிபாடு கிடையாது.

இந் நிகழ்ச்சிகளை ஒருசேரப் பார்த்தால், ஊரார் அனைவரும் யேசு சிலுவையில் அறையப்பட்டு மரிப் பதைக் காணும் பார்வை யாளர்களாக விளங்கு கின்றனர். அத்துடன் அவரது மறைவால் துயரம் அடைபவர் களாகவும் காட்சியளிக்கின்றனர்.

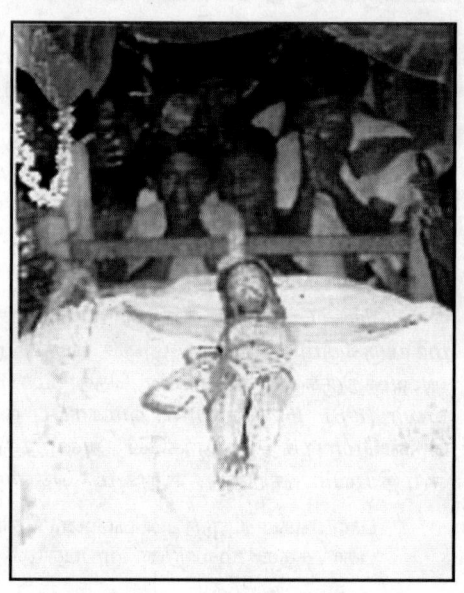

கட்டிலில் மரித்த ஆண்டவர் உருவம்

ஆ. சிவசுப்பிரமணியன்

ஆசந்தி ஊர்வலம்

வாசாப்பு நாடகம்

இப் பின்புலத்தில்தான் சனிக்கிழமையன்று இரவு ஒன்பது மணி அளவில் வாசாப்பு நாடகம் தொடங்கும். இந்நாடகத் திற்கான மேடை எதுவும் கிடையாது. கோவிலுக்கு முன்பு உள்ள வீதியில் கயிறு கட்டப்பட்ட பகுதியே அரங்கமாக விளங்கும். ஆலயத்தின் முகப்பில் வடபகுதியில் ஒன்றும் தென் பகுதியில் ஒன்றுமாக இரு சிறு மேடைகள் கட்டப்பட்டிருக்கும். தெற்குப் பகுதி மேடை "பிலாத்து" என்ற பாத்திரத்திற்கும், வடக்குப் பகுதி மேடை "கைப்பாஸ்" என்ற பாத்திரத்திற்கும் உரியதாகும். இரு மேடைகளுக்கும் நடுவே கயிறு கட்டிய அரங்கம் அமைந்திருக்கும். இவ்விரு பாத்திரங்களும் தம் மேடை களிலிருந்து இறங்கி அரங்கில் நடித்துவிட்டு மீண்டும் மேடையில் அமரும்.

நாடகம் தொடங்கும் முன்னர் ஒப்பனையுடன் நடிகர்கள் ஊர்வலமாக வந்து அரங்கினுள் நுழைவர். சிங்கி, பெரிய டிரம் என்ற இரண்டுமே இசைக் கருவிகளாகும். அரங்கிற்குத் திரை எதுவும் கிடையாது.

இந்நாடகத்தை, "கூத்து" என்று குறிப்பிடுவதே பொருத்த மாயிருக்கும். பழைய இசை மரபு முறைப்படி பாட்டுகள் அமைந்திருக்கும் கூத்தினை 'தென்மோடிக் கூத்து' என்று அந்தணி ஜீவா (1981: 16) கூறுவார். வாசாப்பு நாடகமும் இம்முறையில் தென்மோடிக் கூத்தாகவே அமைந்துள்ளது. இந்நாடகத்தை எழுதியவர் குறித்து எதுவும் தெளிவாகத் தெரியவில்லை.

பாரடங்கப் புரந்த பரிபாலன் தோன்றிப்
பகர் சதக மூவாறின் முப்பதான் பேரடங்கும்

என்று இந்நாடகத்தில் கூறப்படும் செய்தியின் வாயிலாக 1830ஆம் ஆண்டில் இந்நாடகம் இயற்றப்பட்டது என்பது புலனா

கிறது. நாடகத்தில் இடம்பெறும், புலச்சந்தோர் இன்னிசை விருத்தத்தில் 'குருநகராலயத்தின் முன்னே' நாடகம் நிகழப் போவதாகக் குறிப்பிடப்படுகிறது. குருநகர் என்பது யாழ்ப்பாணப் பகுதியில் கத்தோலிக்க மீனவர்கள் மிகுதியாக வாழும் கடற்கரை ஊராகும். யாழ்ப்பாணத்தில் பயின்றுவரும் தென்மோடிக் கூத்துகளைக் கத்தோலிக்க சமயத்தவர்களே இன்றும் ஆடிவருவ தாக அந்தணி ஜீவா (1981:20) கூறுவதால், குருநகரில் இந்நாடகம் வழங்கியிருக்க வாய்ப்புள்ளது. யாழ்ப்பாணப் பகுதியிலும் தமிழகத்தின் தென்மாவட்டங்களிலும் தொடக்கத்தில் போர்ச்சுக் கீசியரின் துணையுடன்தான் கத்தோலிக்கம் பரவியது. இவ் வொற்றுமைத் தன்மையினால் யாழ்ப்பாணப் பகுதியில் எழுதப் பட்ட நாடகம் இங்கு பரவியிருக்க வாய்ப்புண்டு. மேலும் நாடகத்தில் இடம்பெறும் சொற்களில் சில யாழ்ப்பாணத் தமிழர்களின் பேச்சு வழக்குச் சொற்களாக அமைந்துள்ளன.

நாடகத்தின் அமைப்பு

சம்மனசுகள் (தேவ தூதர்கள்) பாடலுடன் நாடகம் தொடங் கும். ஆசான் பாடலைப் பாட அவருடன் பாடலை எடுத்துப் (தொடர்ந்து) பாடுகிறார்கள். இதனையடுத்து வசனமும் விருத் தங்களும் அமைகின்றன. விருத்தங்கள் தெய்வம் போற்றுதலாக அமையும். விருத்தம் பாடி முடிந்ததும்,

தலையினிற் குல்லாவும் அங்கியும் கையில்தான் பொற்
செபமாலை புஸ்தகமும் பெலமுடன் தண்டு கோலூன்றியே

புலச்சந்தோர் (பாயிரம் உரைப்போர்) தோன்றுவார். புலச் சந்தோர் என்ற பாத்திரம் ஈழத்துக் கத்தோலிக்கர்கள் நடத்தும் நாடகங்களிலும் இடம்பெற்றுள்ளது. இது குறித்து சி.மௌனகுரு (1993: 57),

> "இப்பாத்திரம் நாடக ஆரம்பத்தில் தோன்றி அனைவருக் கும் வணக்கமுரைத்து நடிக்கப்போகும். நாடகக் கதையை யும் சுருக்கமாகக் கூறிச்செல்கிறது. சிலவேளை இரண்டு மூன்று புலச்சந்தோர்கள் வருவதுமுண்டு. இது கிரேக்க நாடகத்தில் வரும் கோரஸ் முறையினை எமக்கு ஞாபக மூட்டுகிறது."

என்று குறிப்பிடுகிறார். ஈழத்தைச் சேர்ந்த பேராசிரியர் நீ. மரிய சேவியர் அடிகள் (1993:87 – 88) புலச்சந்தோர் பாத்திரம் குறித்து மூன்று செய்திகளைக் குறிப்பிடுகிறார்.

1. "புலச்சந்தோர்" என்பவர் கதைச் சுருக்கம் தருபவர் அல்லது பாயிரம் உரைப்போர்.

2. ‘புலச்சந்தோர்’ என்ற சொல்லும், அது குறிக்கும் பாத்திரமும் தமிழ்க்கூத்து மரபுக்குப் புதியது. அது போர்த்துக்கேய சொல் என்றும், ‘பிறசந்தெய்றோ’ அல்லது ‘கதை சொல்பவன்’ எனப் பொருள்படும் என்றும் சுவாமி ஞானப்பிரகாசியார் மொழிவர். அந்த விளக்கம் சரி என வாதிட்டு “புல்சார்” என்ற போர்த்துக்கேய சொல், இசைக் கருவியை மீட்டல் என்று பொருள் தரும் எனவும், இசைக்கருவி மீட்டுக் கதை சொல்லும் நாடகப் பாத்திரம் போர்த்துக்கேய மரபில் உண்டு என்றும் எம்.எச்.குணதில வாதிடுவர்.

3. புலந்தோர் என்ற சொல் ‘வ்ளொஸ் சாங்ரோறும்’ என்ற நூலைக் குறிக்கிறது எனவும் . . . ஆயர் தீயோகுப்பிள்ளை எடுத்துரைப்பார்.

பேராசிரியரின் இம்மூன்று கருத்துகளில் முதல் இரண்டு கருத்துகள்தான் பொருத்தமானவை. வ்ளொஸ் சாங்ரோறும் (அடியார் வரலாறு) என்ற நூலிலிருந்து நாடகத்தின் கதை எடுக்கப்பட்டிருக்கலாம். ஆனால், நூல் பெயரால் ஒரு பாத்திரம் அழைக்கப்படவேண்டிய அவசியம் இல்லை. எனவே, போர்ச்சுக்கீசிய நாடக மரபின் தாக்கத்தால் உருவான பாத்திரமாகவே புலச்சந்தோரைக் கருதவேண்டும்.

புலச்சந்தோரின் தோற்றமும் அவர் வருகையின் நோக்கமும் தரு (இசைப்பாடல்) ஒன்றில் கூறப்படும். புலச்சந்தோர் நாடகத்தின் தருவை விருத்தமாகப் பாடி முடிந்ததும் போஞ்சுப் பிலாத்தின் வருகை நிகழும்.

அவனது வருகையினை ‘வருகை விருத்தம்’ இவ்வாறு குறிப்பிடுகிறது:

மணி மவுலி புனைந்தரசர் பரவும் ரோமை
மன்னவன் றனமைச்ச ரெனவண்மை பூண்ட
அணி யெரு சலேநகருக் கதிபனான
அடர் போஞ் சுப்பிலாத் தென் போன் கீர்த்தியாக
பணி புரியும் சேர்வை தளவீர ரோடு
பராக் கிராமசாலி யெனப்
... ...பிரபலமாஞ் சபையில் வந்து தோன்றினாரே

பின்னர் பிலாத்தின் தோற்றத் தரு பாடப்படுகிறது. தோற்றத் தருவையடுத்து பிலாத்தின் விருத்தமும் வசனமும் அமைகின்றன. (இந்த நாடகத்தில் இடையிடையே அமையும் வசனங்கள் நடிகர்கள் பாடிய பாடற் கருத்தின் சாரமாகவே அமைகின்றன).

இதன் பின்னர் சேவகர் வசனம். அதனையடுத்து கைப்பாசு என்ற குருவின் வருகை விருத்தமாகப் பாடப்படுகின்றது.

விருத்தத்தையடுத்து கைப்பாசுத் தரு பாடப்படுகிறது. கைப்பாசு சேவரை நோக்கி,

எந்தனுட அரண்மனையிற் பணி புரிந்து
இயல்புடனே காத்திருக்கும் வீரர் கேளீர்
முந்தமொரு சேசுவென்னும் கிறிஸ்தோன்றன்னை
மூர்க்கமுடன் குருசதனில் அறைந்து கொன்றோம்
மிந்தரையில னன்வன்றான் மூன்றாம் நாளில்
லெழுந் தருளுவோ மென்ற செயலினை யாங்காண
அந்த முடனெமது குலயூதர் மூப்பர்
அனைவரையும் மிஷணமே யழைத்து வாரீர்

என்று கட்டளையிட, சேவகர் சென்று யூதர்களை அழைத்து வருகின்றனர்.

சேசு உயிர்த்தெழுவதாகக் கூறியதைக் குறிப்பிட்ட கைப்பாசுவுக்கும் யூதருக்குமிடையே தர்க்கம் முடிந்ததும் யூதர்கள் பிலாத்து மன்னனிடம் சென்று கைப்பாசுவின் விருப்பத்தைத் தெரிவிக்கின்றனர். பிலாத்துவுக்கும் யூதருக்குமிடையே தர்க்கம் நிகழுகிறது. தர்க்கத்தையடுத்து பிலாத்து விருத்தம் – வசனம் – யூதர் வசனம் ஆகியன இடம்பெறுகின்றன.

பின்னர் கைப்பாசு, பிலாத்து இருவருக்குமிடையே தர்க்கம் நிகழுகிறது. "கல்லறையான தீர்ப்போய் – வீரர் காத்திட வாக்குரை செய்திடுவீர்" என்று வேண்டும் கைப்பாசுவுக்கு பிலாத்து இவ்வாறு பதிலளிக்கின்றான்:

நரைத்தோர் பின்வாலிபரா யவர் நானில
மீ தினிற் கண்டதுண்டா
இரைத்தபெருமழையின் மண்ணில் இரும்பு
முளைத்துப் பயி ராமோ
துரைத்தனம் செய்யும் மென்முன் இந்ததூ
துரை கூறுவதேது சொல்லுங்
கறந்தமு லைப்பாலும் இந்தக்காசினி மீதி
லகஞ்சேருமோ
மறந்து உயிர்போனால் மீட்டு வந்துயிர்த்த
வரெங்குமுண்டோ

இறுதியில் கைப்பாசை நோக்கி,

குருவே உமதுமனம் மிகுகோட்டந்தவிர்த்
திட உத்திரவு
தருவேனும் ஆளைக் காவல் தான்வைத்துப்
பத்திரம் செய்திடுவீர்

என்று பிலாத்து அனுமதி அளிக்க கைப்பாசு சேவர்களை அழைத்து,

"அகோவாரீர் நமது காரியத்தலைவரே, கிறிஸ்தேசுயென் பவர் உயிரோடிருக்கும்போது தாம் மரணித்த மூன்றாம் நாள், உயிரொடு எழுந்திருப்போமென்ற வசனத்தை ஸ்திரப் படுத்தும்படியாக அவர் சீஷர்கள் அவருடைய சரீரத்தைத் திருடிக்கொண்டு போய்விடாமல் நமது உத்திரவு வரு மட்டாய், மிகவும் யெச்சரிக்கையுடனே, முறைமுறையாகக் காத்திருப்பீர்களாக."

என்று உத்தரவிடுகிறான். அதனை நிறைவேற்ற சேவகர்கள் செல்லுகின்றனர் (மத்தேயு 27:62–66). யூதர் காவலிருக்கும் கல்லறை யில் யேசுவின் சீடர்களான பேதுருவும் *(Peter)* யோவானும் *(John)* வந்து தியானம் செய்கிறார்கள். இவர்கள் வழிபாடு, பாடலாகவும் வசனமாகவும் இடம்பெறுகிறது.

இதனையடுத்து "நரகராஜன்" லூசிப்பேய் *(Lucifer)* வருகி றான். அவனுடைய தோற்றம் குறித்து தரு ஒன்று பாடப்படு கிறது. யேசுவின் நெறியினால் தன் அதிகாரம் குறைந்து போவதாக நரக சபையில் லூசிப்பேய் புலம்புகிறான். புலம்பல் முடிந்ததும் குட்டிப் பேய்களுக்கும் லூசிப்பேய்க்குமிடையே ஏசல் நிகழு கிறது. யேசுவின் நெறியினைப் பின்பற்றுவோர், நரகத்திற்கு வராது போவதால் தன் ஆட்சியின் சிறப்பு பறிபோவதாகப் புலம்பும் லூசிப்பேய்க்கு குட்டிப்பேய் ஒன்று இவ்வாறு இறுதல் கூறுகிறது.

"அகோ வாருமய்யா லூசிப்பேய ரென்னும் மகாராஜனே, வீணாயேதுக்கு மனசுளைந்து கிலேசப்படுகிறீர், உலகத்தி லுண்டான மனுஷாத்துமாக்களில் சத்திய வேதத்தின் நன்னெறி தவறாது நடந்தவர்கள் தவிர, மற்றும் கற்பனை களைத் தவறாது நடந்தவர்கள் தவிர, மற்றும் கற்பனை களை மறுத்த பாவிகளும் பல சமயங்களிலுட்பட்டு, நமது துர்போதனையில் அகப்பட்டவர்களும், நமது கதியாகிய நரக நிர்ப்பாக்கியத்துக்காளா வாறென் கிறிதிர்க்குச் சந்தேக மில்லை யய்யா"

லூசிப்பேய் அது வகுத்த பத்துக் கற்பனைகளைக் கூறி இறுதியாக,

"அகோ வாரீர் பொடியர்களே நீங்கள் உலகத்தால் சென்று மனுக்களின் இருதயத்தின் ஞானக் கண்களை ஆசை, கோபமென்னும் கபாடங்களால் மறைத்துத் தேவசுரரிடம், தான் பிறந்திரந்துலகீடேற்றிய மைக்கான வேதாகமங்களை உணரவொட்டாத தந்திர அபாயங்களால் மயக்குவிப் பீர்களாகில், பூவாசிகளை எளிதாய் நமது நரகக் கதியீர் சேர்க்கலாமென்றறியக் கடவீர்களாக".

என்று கட்டளையிட குட்டிப் பேய்கள் செல்லுகின்றன. யேசு வின் கல்லறையின் முன் இருக்கும் அவரது சீடர்களைக் குழப்ப முயன்ற அலகைகளைச் (பேய்களை) சீடர்கள் முனிந்து துரத்தி விட்டு யேசுவின் அற்புதங்களைச் சபையோருக்குப் போதிக் கின்றனர். இப்போதனையைக் கேட்ட தவசி ஒருவர் கைப் பாசிடம் ஓடிச்சென்று யேசுவின் நெறியினைப் பின்பற்ற வருமாறு அழைக்கிறார். கைப்பாசு அவரை முனிந்து விரட்டி விடுகின்றான். இதன் பின்னர்,

ஐயய்யோ இதென்ன அநியாயம்
தேவன் ஆவலுடன் பாடுபட்டுச் சீவன்
விட்ட நியாயம்

என்று தொடங்கும் ஒரு பாடல் யேசு பட்டபாடுகளை விவரிக் கிறது. இப்பாடல் முடிந்ததும் அற்புதங்கள் தோன்றுவதும் யேசு உயிர்த்தெழுந்ததும் வசனமாகக் கூறப்படுகின்றன.

கைப்பாசுவிடம் சேவகர்கள் வந்து யேசு உயிர்த்தெழுந்த அற்புதத்தைப் பாடுகின்றனர். இதைக் கேட்டதும் கைப்பாசு புலம்புகிறார். அந்நேரத்தில் யெத்திப்பேய் என்ற பேய் வர கைப்பாசுக்கும் அப்பேய்க்குமிடையே ஏசல் நிகழுகிறது. இறுதி யில் யெத்திப் பேய் கைப்பாசை நோக்கி,

"... கிறிஸ்துநாதர் கல்லறை காத்திருந்த சேவகரையழைத்து நலவு பேசித் தகுந்த பொருள்களை அளித்து, அவ்விடத்தில் நடந்த அற்புதங்களை, யாவருக்கும் வெளிவிடாமல், நித்திரை மயக்கத்தில் அவருடைய சீஷர்கள் வந்து தந்திர மாய் அவருடைய உடலைத் திருடிக்கொண்டு போய் விட்டார்களென்று சஞ்சாதித்து யாவருக்கும் போதிவிக் கும்படி ..."

கூற கைப்பாசும் அதற்கு உடன்பட்டு, சேவகர்களை அழைத்து யெத்திப் பேய் கூறியபடியே கூறுகிறான்.

யூதர்கள் பிலாத்திடம் சென்று யேசு உயிர்த்தெழுந்த நிகழ்ச்சியைக் கூறுகின்றனர். இதனைக் கேட்ட பிலாத்து தன் செயலுக்கு வருந்திப் புலம்புகின்றான். யெத்திப் பேய் கைப்பாசை நரகத்திற்கு அழைத்துப் போக வருகின்றான். இத்துடன் நாடகம் முடிவடைகிறது.

அதிகாலையில் நாடகம் முடிவடைந்த சிறிது நேரத்தில், வெள்ளி இரவு மூடப்பட்ட, 'பரலோகமாதா ஆலயம்' வழிபாட் டிற்காகத் திறக்கப்படும். மக்கள் அங்குச் சென்று வழிபடுவர்.

முடிவுரை

வாசாப்பு நாடகம் நிகழும் முறை, அரங்கமைப்பு, ஒப்பனை, நடிகர்கள், பார்வையாளர்கள், இவை போன்ற பல்வேறு அம்சங்கள் குறித்தும் தனித்தனியாக ஆராய இடமுண்டு. நாடகத்தில் இடம்பெறும் நிகழ்ச்சிகளில் எவை எவை விவிலியத் தில் இடம் பெறுகின்றன; எவை எவை இந்நாடகத்திற்காக உருவாக்கப்பட்டுள்ளன என்பனவும் ஆய்வுக்குரியனவாகும். ஆயினும் இதைக் குறித்து ஆராயாமல் இந்நாடகத்தை அறிமுகப் படுத்தியதுடன் நிறுத்திக்கொண்டு, முடிவுரையாகச் சில கருத்து களை மட்டும் கூற முற்படுகின்றேன்.

வாசாப்பு நாடகமானது அதில் வேடம் புனைந்து நடிக்கும் நடிகர்களால் சனி இரவு நடிக்கப்பட்டாலும் உண்மையில் பெரிய வியாழனன்றே இந்நாடகம் தொடங்கிவிடுகிறது எனலாம். கட்டுரையின் தொடக்கத்தில் குறிப்பிட்ட பாதம் கழுவும் நிகழ்ச்சி, வேப்பிலைச் சாறினை பருகுதல், பயறவித்தல், ஆசந்தி ஊர்வலம் போன்ற நிகழ்ச்சிகள் ஊரவர் அனைவருமே நாடக நடிகர்களாக விளங்குவதையும் ஊரே நாடகத்தின் அரங்கமாக விளங்குவதையும் உணர்த்துகின்றன. புனித வெள்ளியன்று மாலையில் நிகழும் சிலுவைப் பாதையும், மூடப்பட்ட தேவால யத்திலுள் இருக்கும் மரித்த ஆண்டவர் உருவமும் கல்லறையில் வைக்கப்பட்ட யேசுவின் உடலைக் குறிக்கிறது. ஒருவகையில் பார்த்தால் புனிதவெள்ளி இரவு முதல் பூட்டப்பட்டிருக்கும் தேவாலயமே கல்லறையாக அமைந்துவிடுகின்றது. அதன் முன்பு நிகழும் வாசாப்பு நாடகத்தின் ஒரு காட்சியமைப்பு போன்ற நிலையினைத் தேவாலயம் பெற்றுவிடுகின்றது.

மொத்தத்தில் சடங்கும் அரங்கமும் ஒன்றியுள்ள நிலை யினை வாசாப்பு நாடகம் உணர்த்தி நிற்கின்றது.

புராணம் (*Myth*)	→	யேசுநாதரின் இறப்பு அவரது மறு உயிர்ப்பு குறித்த விவிலியச் செய்தி (யேசுவின் கடைசி விருந்து, சிலுவையில் அறை யுண்டல், உயிர்த்தெழுதல்)
↓		↓
சடங்கு (*Ritual*)	→	பெரிய வியாழன் மற்றும் புனித வெள்ளி அன்று நிகழும் சடங்குகள்
↓		↓
அரங்கம் (*Theatre*)	→	வாசாப்பு நாடகம்

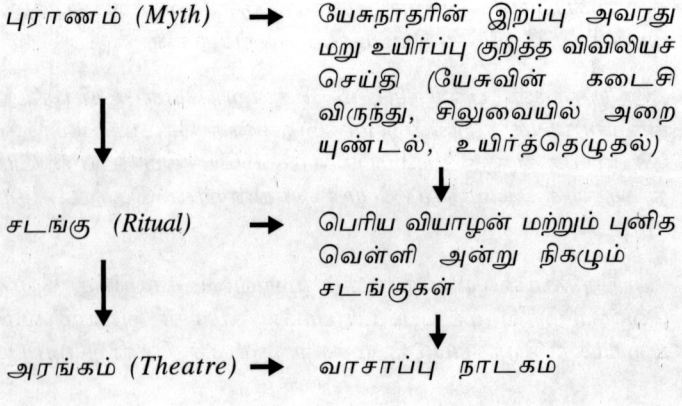

எனப் பரிணமித்துள்ளன. நாடகம் முடிவடைந்ததும், பார்வை யாளர்கள், தேவாலயத்திற்குள் சென்று, யேசு உயிர்த்தெழுந் ததனைக் கொண்டாடும் மறு உயிர்ப்புத் திருநாளின் திருப்பலிப் பூசையில் கலந்துகொள்கிறார்கள் என்று பார்த்தோம். இதுவும் நாடகத்தின் உறுப்பாக அமைகின்றது. இதனையே நாடகத்தின் முடிவு என்று கொள்வதும் பொருந்தும்.

நாடகம் நிகழ்வது நின்றுபோனதற்கான காரணத்தை இனி ஆராய்வோம். சமயத் திருநாட்களின்போது நாடகத்திற்கு முக்கியத்துவம் கொடுக்கப்பட்டு வழிபாடு புறக்கணிக்கப்படு கிறது என்ற கருத்து சமயக் குருக்களிடம் தோன்றியது. எனவே, இத்தகைய நாடகங்களை நிகழ்த்துவதை அவர்கள் ஆதரிக்க வில்லை. மணப்பாடு கிராமத்தில் சிறப்பாக நடைபெற்று வந்த பாஸ்கு நாடகத்திற்குத் திட்டமிடும் கூட்டத்திற்கு, பங்குக் குருவை அழைத்த ஊர்ப்பெரியவர்கட்கும் பங்குக்குருவுக்கும் இடையே நிகழ்ந்த உரையாடலை இதற்குச் சான்றாகக் கூறலாம்.

"சுவாமி, பாக்கு வைக்கணும் தயவுசெய்து வாங்க"

"எதுக்குப் பாக்கு வைக்கணும்"

"பாஸ்கு வைக்கிறதுக்கு"

"உங்களுக்கு எல்லாம் பாஸ்குவச்ரனும், பந்தல் போட்ரனும், ஆண்டவரைச் சிலுவையில் அறஞ்சிரனும்; குத்திரனும்; உருவிரனும் இதானா முக்கியம்; போங்க, ஆண்டவர் நற்கருணையில் உங்களுக்காக காத்துகிட்டிருக் காரு, போய் சந்திச்சிட்டு வாங்க, போங்க" (*Diaz 1981*)

மேலும் நாடக நடிகர்கள் புனித நாட்களில் மதுவருந்தி நடிப்பதாகவும், சில ஒழுக்கக்கேடான நிகழ்ச்சிகளும் பூசல்களும் நாடகத்தையொட்டி நிகழ்வதாகவும் சமயத் தலைவர்கள் கருதினர். திருச்சி மறை மாவட்ட ஆயர் லியானார்டும் தூத்துக்குடி மறை மாவட்ட ஆயர் ரோச்சும் தங்கள் ஆளுகைக்கு உட்பட்டிருந்த தேவாலயங்களில் நாடகங்களைத் தடை செய்தனர். இதற்கு வலுவான எதிர்ப்பினைக் காட்டிய கிராமப் பகுதிகளில் சமயத் திருநாட்கள் முடிவடைந்த பின்னர் நாடகத்தை நடத்தும் படி பணித்தனர். தமிழகத்தில் உருவான கத்தோலிக்க அரங்கம் (*Catholic Theatre*) அழிந்து போவதற்கு இத்தகைய ஆணைகள் காரணமாக அமைந்தன.

இத்தகைய ஆணை ஒன்றே காமநாயக்கன்பட்டியில் நிகழ்ந்து வந்த வாசாப்பு நாடகத்தை அழித்தது. நாடகம் முடிவடையத் தாமதமானால் மறு உயிர்ப்புத் திருநாள் வழிபாடு தொடங்கு

வதும் தாமதமாகும். இதனைத் தவிர்க்க விரும்பிய பங்குக்குரு ஒருவர் நாடகம் நிகழும் நாளை, புனித ஞாயிற்றுக்கிழமைக்கு மாற்றியமைத்தார். யேசு உயிர்த்தெழுந்த திருநாளைக் காலையில் மகிழ்ச்சியாகக் கொண்டாடிவிட்டு, அன்று இரவு கல்லறை வாசாப்பு நாடகத்தை நிகழ்த்தும்போது சடங்குடனும் பார்வையாளருடனும் தனக்கிருந்த நெருக்கமான உளவியல் தொடர்பை இந்நாடகம் இழந்தது.[5] பின்னர் புனித வெள்ளியை அடுத்த வாரம் வரும் சனிக்கிழமைக்கு மாற்றப்பட்டது. இதுவே இந்நாடகத்தின் மறைவிற்கு முக்கியக் காரணமாகவும் அமைந்தது.

இந்நாடகத்தின் கதை தமிழகத்தின் பாரம்பரியத்துடன் தொடர்புடையதல்ல என்றாலும் பாரம்பரியத்திலிருந்து துண்டித்துக்கொண்டு, அந்நிய நாட்டுத் தன்மையுடன் இந்நாடகம் காட்சியளிக்கவில்லை என்பது குறிப்பிடத்தக்கது.

இந்நாடகத்தில் நடிக்கும் நடிகர்கள் தமிழகக் கூத்துக்கலையின் நடிகர்களைப்போன்றே ஆடிப்பாடி நடிக்கின்றனர். அரங்கமானது பார்வையாளர்களையும் நடிகர்களையும் வேறுபடுத்தி நிற்காது, இருவரையும் நெருக்கமான முறையில் பிணைக்கிறது. நாடகத்துடன் இணைந்துள்ள சடங்கு இப் பிணப்பை ஏற்படுத்துவதில் முக்கியப் பங்கை வகிக்கிறது.

தமிழகத்தில் வழங்கும் புராண நாடகங்களிலும் கீர்த்தனை நாடகங்களிலும் முக்கிய இடம்பெறும் தர்க்கம் இந்நாடகத்திலும் முக்கிய இடம் வகிக்கிறது. பொதுமக்கள் மனத்தில் ஒரு கருத்தை ஆழமாகப் பதியவைக்கவும் படிக்கும் அல்லது பார்க்கும் மக்களுக்கு விறுவிறுப்பு ஊட்டவும் தர்க்கமும் ஏசலும் பயன்படுகின்றன. இதன் காரணமாகவே இந்நாடகத்திலும் தர்க்கமும் ஏசலும் முக்கிய இடம்பெறுகின்றன.

ஐரோப்பாவிலிருந்து இங்கு பரவிய, இம்மண்ணுடன் நேரடியான தொடர்பில்லாத கத்தோலிக்கத்தைப் பின்பற்றிய பாமர மக்கள் தத்துவ நிலையில் தெளிவுபெற்று அச்சமயத்தைப் பின்பற்றியவர்கள் அல்லர். அவர்களைத் தம் சமய நெறியில் நிலைப்படுத்த, சடங்குகளும் நாடகங்களும் சிற்றிலக்கியங்களும் துணை நின்றன. யாழ்ப்பாணப் பகுதித் தமிழர்களிடமும் இத்தகைய நிலை இருந்ததை கா. சிவத்தம்பி (1983: 39) இவ்வாறு குறிப்பிடுகிறார்:

"...அடிநிலைக் கிறித்தவர்களிடம் ஏறத்தாழக் கிராமிய இலக்கியங்கள், ஒப்பாரிகள் ஆகியன அவர்களின் மத உணர்ச்சிகளை வெளியிடுவதற்கு உதவியாக அமைந்தன."

தேம்பாவணிக் காவியமும் ஏனைய கத்தோலிக்கச் சிற்றிலக்கியங்களும் அடிமட்டக் கத்தோலிக்கர்களை எட்ட முடியாத

நிலை தமிழகத்தில் நிலவியது. எனவே, அன்றையத் தமிழகச் சமூக அமைப்பில், ஒடுக்குமுறைக்கு ஆளாகியிருந்த நாடார்களை மிகுதியாகக்கொண்ட காமநாயக்கன்பட்டிக் கிராமத்தில் அவர்களின் தேவைகளைப் பூர்த்திசெய்யும் வகையில் இம் மண்ணின் பாரம்பரியமான கூத்துக்கலையுடன் தொடர்புடைய வாசாப்பு நாடகம் அறிமுகப்படுத்தப்பட்டுள்ளது. ஒரு புதிய சமயக்கருத்தை இந்நாட்டின் மரபுக் கலையின் வாயிலாக நிலைநிறுத்தியுள்ளனர்.

குறிப்புகள்

1. ஞானசவுந்தரி நாடகம், மூவிராசாக்கள் நாடகம், பாஸ்கு நாடகம், எசாக்கியர் நாடகம், தேவசகாயம் பிள்ளை நாடகம், கித்தேரியம்மாள் நாடகம் என்பன இந்த வகையில் குறிப்பிடத் தக்கனவாகும்.
2. எனக்குக் கிடைத்த காகிதப்பிரதியிலும் ஏட்டுச் சுவடியிலும் "கல்லறை வாசாப்பு" என்றே குறிப்பிடப்பட்டுள்ளது. இக்கிராம மக்களும் "வாசாப்பு நாடகம்" என்றே குறிப்பிடுகின்றனர்.
3. சிலுவையில் அறையப்படுவதால் ஏற்படும் உடல் வேதனையைத் தணிக்க உதவும் ஒருவகைக் காடியே இங்குக் குறிப்பிடப்படும் திராட்சை ரசமாகும். மிகவும் நெருக்கமான உறவினர்கள் இறந்துபோனால், சவஅடக்கம் முடிந்ததும் 10 அல்லது 12 வயதிற்குட்பட்ட குழந்தைகளுக்கு, வேப்பிலைச் சாறினைப் பருகக் கொடுக்கும் வழக்கம் இம்மாவட்டத்தில் உள்ளது. எனவே, இவ்வழக்கத்தின் காரணமாகவும் இச் செயல் தோன்றியிருக்க வாய்ப்புள்ளது.
4. சடங்கிலிருந்து நாட்டார் நிகழ்த்துக் கலைகளைத் துண்டிக்கக் கூடாது என்பது இக்கட்டுரையாசிரியரின் கருத்தன்று. கலைத் தன்மை மிக்க இத்தகைய நிகழ்த்துக்கலைகளை அதன் ஆன்மாவைச் சிதைக்காது, பொதுமக்களின் கலை மற்றும் பண்பாட்டுத் தேவைகளைப் பூர்த்திசெய்யும் முறையிலும் சமூக மாறுதலுக்குத் துணைபுரியும் வகையிலும் பயன் படுத்துவதில் தவறில்லை. வாசாப்பு நாடகத்தின் மறைவிற்கான உண்மைக் காரணம் என்றளவில் இக்கருத்து குறிப்பிடப்படுகிறது.

சான்றாதாரங்கள்

அ. முதல் நிலை ஆதாரங்கள்

1. 1977 இல் இந்நாடகத்தை நேரில் கண்டது.
2. 1958 இல் புனித வியாழன், புனித வெள்ளி நிகழ்ச்சிகளை நேரில் கண்டது.

3. இந்நாடகத்தில் நடித்தவர்களிடமும், இந்நாடகத்தைக் கண்டு மகிழ்ந்தவர்களிடமும் 1985ஆம் ஆண்டிலும் 1988ஆம் ஆண்டிலும் நிகழ்த்திய கலந்துரையாடல்கள்.

4. கல்லறை வாசாப்பு – ஓலைச்சுவடி

5. கல்லறை வாசாப்பு – காகிதப்பிரதி

6. புதிய ஏற்பாடு, தமிழிலக்கியக் கழகம், தூத்துக்குடி

7. Fr. Besse எழுதிய "La Mission De Madure" என்னும் பிரெஞ்சு நூலில் இடம்பெற்றுள்ள காமநாயக்கன்பட்டி குறித்த பகுதியின் ஆங்கில மொழிபெயர்ப்பு (சேசு சபை ஆவணக் காப்பகம், செம்பகனூர்.)

9

கழுகுமலையில் கத்தோலிக்கம்

தமிழ்நாட்டின் உண்மையான சமூக வரலாறு எழுதப்படும்போது, அதில் குழும மதமாற்றங்களுக்கும் (Mass Conversion) முக்கிய இடம் உண்டு. ஏனெனில், இம் மதமாற்றங்களுக்குப் பின்னால் பல்வேறு சமூகக் காரணிகள் உள்ளன. ஆனால், நமது வரலாற்றுப் பேராசிரியர்கள் இதைக் கண்டுகொள்வதில்லை. கிறித்தவ சமயத் துறவிகள் ஆன்மீகத் தேடல்களின் விளைவு என்று கூறி மதமாற்றத்திற்குப் பின்னால் செயல்பட்ட சமூகக் காரணிகளை எளிதில் புறந்தள்ளிவிடுகின்றனர்.

"இரத்தத்தில் திருமுழுக்கு" என்ற தலைப்பில் கழுகு மலை நாடார்களின் மதமாற்றம் குறித்த குறுநூல் ஒன்றை பணி. ர. ஜார்ஜ், சே.ச. அவர்கள் 2000ஆம் ஆண்டின் இறுதியில் வெளியிட்டிருந்தார்கள். அதைப் படித்தபோது இன்னும் விரிவாக எழுதியிருக்கலாமோ என்று தோன்றியது. தற்போது அதே நூலை விரிவுபடுத்தி "கழுகுமலையில் ஒரு விடுதலைப் பயணம்" என்ற தலைப்பில் நூலாக்கியுள்ளார்கள். அறிவுத் தேடலில், நிறைவடைந்துவிடக் கூடாது என்பதற்கு எடுத்துக்காட்டாக அவரது பணி அமைந்துள்ளமை பாராட்டுதலுக்குரியது.

மிகக் கவனத்துடன் இந்நூலை அவர் உருவாக்கி யுள்ளார். வரலாற்றுச் சிறப்பு மிக்க கழுகுமலையில் 19ஆம் நூற்றாண்டின் இறுதியில் நிகழ்ந்த கொடூரமான ஒரு நிகழ்வே இந்நூலின் கருப்பொருள். நூலின் மையப் பொருளுக்கு வருவதற்கு முன்னால் சில அடிப்படைச் செய்திகளை முதல் ஐந்து இயல்களில் தந்துள்ளார். முதல் இயல் கழுகுமலை ஊரின் வரலாற்றுத் தொன்மையைக் கல்வெட்டுச் சான்றுகளின் அடிப்படையில் குறிப்பிடுகிறது.

ஆ. சிவசுப்பிரமணியன்

இரண்டாவது இயல் ஊரின் அமைப்பைச் சுருக்கமாகவும் விளக்கமாகவும் வெளிப்படுத்தி நிற்கிறது. சாதிய ஆதிக்கம் கோலோச்சிய 19ஆம் நூற்றாண்டுத் தமிழகத்தில், எல்லாக் கிராமங்களும் சாதியப் படிநிலையை வெளிப்படுத்தும் முறையிலேயே அமைந்திருந்தன. இதற்குக் கழுகுமலையும் விதிவிலக்கல்ல. இந்நூலின் மையச் செய்தியைப் புரிந்துகொள்ள இவ்வியல் துணை நிற்கிறது. நாடார் சமூகத்தின் பொருளாதார வளர்ச்சியையும் அவர்களின் 'உறவின் முறை' அமைப்பின் செயல்பாடு குறித்தும் மூன்றாவது இயல் அறிவிக்கிறது.

பல்லக்கு என்ற பண்பாட்டு அடையாளத்தைப் பெறுவதற்கும் கோவில் என்ற அமைப்பிற்குள் நுழைந்து வழிபடுவதற்கும், நாடார்கள் மேற்கொண்ட முயற்சிகளையும், தென் திருவிதாங்கூர்ப் பகுதியில், ஆதிக்க வகுப்பினரால் நாடார்கள் மீது நிலைநாட்டப்பட்டிருந்த பண்பாட்டு அடையாள மறுப்புகளையும் மேலாடை அணிய அவர்கள் நிகழ்த்திய 'தோள்சீலைப் போராட்டம்' குறித்தும் நான்காவது இயலில் குறிப்பிட்டுள்ளார்.

இந்தப் பின்புலத்தில், கழுகுமலை நாடார்கள் மனுக்கள் வாயிலாகவும் பண்பாட்டு அடையாளத் தடைகளை மீறுவதன் வாயிலாகவும் நீதிமன்றங்கள் வாயிலாகவும் நிகழ்த்தியப் போராட்டங்கள் குறித்த செய்திகளின் தொகுப்பாக ஐந்தாவது இயல் அமைந்துள்ளது. இச்செய்திகளை வாசகருக்கு அலுப்பூட்டாத முறையில் வலுவான ஆவணங்களின் துணையுடன் எழுதியுள்ளார்.

'மதமாற்றம்' என்ற தலைப்பிலான ஆறாவது இயல்தான் இந்நூலின் மையப்பொருளாகும். தம்மீது காலங்காலமாக சுமத்தப்பட்டிருக்கும் சாதிய அடக்குமுறையையும் பண்பாட்டு ஒடுக்குமுறைகளையும் போக்கிக்கொள்ளும் வழிமுறையாக, கத்தோலிக்க சமயத்தை நாடார்கள் தழுவியதையும் அவர்கள் முதன்முதலாக 1895 ஏப்ரல் மாதம் கொண்டாடத் திட்டமிட்டிருந்த பாஸ்கு விழாவைக் கலவரமாக, ஆதிக்க வகுப்பினர் மாற்றியதையும் தொடர்ந்து நிகழ்ந்த தொடர்ச்சியான வழக்குகளையும் இறுதியாக வேறு இடத்தில் தேவாலயத்தை நாடார்கள் கட்டிக்கொண்டதையும் ஏழில் இருந்து பதினொன்று வரையிலான இயல்கள் குறிப்பிடுகின்றன.

இச்செய்திகளை உள்ளடக்கிய இந்நூலின் முக்கியச் சிறப்பு இதன் நம்பகத்தன்மையாகும். செண்பகனூர் சேசு சபை ஆவணக் காப்பகத்தின் ஆவணங்கள், அரிய வரலாற்று நூல்கள் ஆகியனவற்றின் துணையுடன் இந்நூலை மிகுந்த எச்சரிக்கையுடன் எழுதியுள்ளார். ஏற்கெனவே சேகரிக்கப்பட்ட

ஆவணங்களுடன் நின்றுவிடாது புதிய ஆவணங்களையும் தரவுகளையும் நூலாசிரியர் தேடி எடுத்துள்ளார். சான்றாக, திரு. ஆழ்வார் சாமி நாயக்கர் வீட்டில் பாதுகாத்து வரும் ஓலைச்சுவடி, திரு. வேதமுத்து நாடார் குறித்த வாய்மொழிச் செய்தி, அவருக்கு எழுப்பப்பட்டுள்ள நினைவுச் சின்னம் குறித்த செய்தி ஆகியனவற்றைக் குறிப்பிடலாம்.

தான் பிறந்து வளர்ந்த ஊர், தமது முன்னோர்களுக்கு இழைக்கப்பட்ட கொடுமைகள் அவர்கள் நிகழ்த்திய போராட்டங்கள் ஆகியனவற்றைப் பற்றி எழுதும்போது உணர்ச்சிவயப் படுவதும், சார்புநிலை எடுத்தலும் தவிர்க்க இயலாதன. ஆனால், அடிகளார் மிக எச்சரிக்கை உணர்வுடன் செயல்பட்டுள்ளார். உண்மையின் மீது அவர்கொண்ட பற்றும், ஒடுக்குமுறைக்கு எதிரான உணர்வும் இந்நூலில் அழுத்தமாகப் பதிவாகியுள்ளன. மதமாற்றத்திற்கு உந்துசக்தியாகச் செயல்பட்ட தன்மான உணர்வையும் எதிர்க்குரலையும் நன்றாக வெளிப்படுத்தி யுள்ளார். பொமால் என்ற பிரெஞ்சு சேசு சபைக் குரு, கழுகுமலை நாடார்களைப் பற்றிக் குறிப்பிடும்பொழுது 'அரிசியைவிடப் பல்லக்கே அவர்களுக்கு முக்கியமானது' என்று குறிப்பிட்டார். இங்கு, பல்லக்கு என்பது சமூக உயர் நிலையின் அடையாளமாகும். இதை அடைய அவர்கள் நிகழ்த்திய போராட்டங்களும் அடைந்த துன்பங்களும் இந் நூலில் அழுத்தமாகப் பதிவாகியுள்ளன. இந்நூல் மதமாற்றம் குறித்துப் பேசினாலும் அடிப்படையில் பண்பாட்டு அடை யாளப் போராட்டம் குறித்த வரலாற்று நூலாகவும் அமைந் துள்ளது. இந்நூல் தமிழ்நாட்டின் குழும மதமாற்றங்கள் குறித்த ஆய்வுகளுக்கு வழிகாட்டியாக அமையும் தன்மையது.

ஆ. சிவசுப்பிரமணியன்

10

ஒரு மறக்கப்பட்ட வரலாறு

'மிஷன்' *(mission)* என்ற ஆங்கிலச் சொல் ஒரு குறிப்பிட்ட சமயத்தைப் பரப்பும் பணியில் ஈடுபடும் ஒரு தனிமனிதனையோ அல்லது அப்பணியில் ஈடுபடும் குழுவையோ குறிப்பிடும். சமயப் பணிக்கான கட்டடங்கள் உள்ள பகுதியும் மிஷன் என்றே அழைக்கப்படும். ஒரு மிஷனில் பணிபுரிபவர்கள் மிஷனரிகள் *(Missionaries)* என்றழைக்கப்படுவர்.

மிஷன் என்பதை மறைத்தளம் என்றும் மிஷனெரி களை மறைப் பணியாளர்கள் என்றும் குறிப்பிடலாம். சமயத்தைப் பரப்பும் மறைப் பணியாளர்கள் ஒரு நாட்டின் ஒரு பகுதியில் மறைத்தளத்தை நிறுவி அதன் கட்டுப்பாட் டின் கீழ் பல்வேறு பகுதிகளில் மறைப்பணியாற்றுவர். இவ்வாறு அவர்கள் உருவாக்கும் அமைப்பும் மிஷன் என்றே அழைக்கப்படும். ஒரு மறைத்தளமானது அது செயல்படும் ஊர் அல்லது வட்டாரத்தின் பெயரால் அல்லது நாட்டின் பெயரால் அழைக்கப்படுவதுமுண்டு. தமிழ்நாட்டை எடுத்துக்கொண்டால் 16ஆம் நூற்றாண்டில் கத்தோலிக்கம் முதன் முறையாகத் தென்மாவட்டங் களின் கடற்கரையோரப் பகுதிகளில் கால்கொண்ட போது கோவாவை இருப்பிடமாகக்கொண்ட மறைத் தளத்தின் மேற்பார்வையிலிருந்தது. இம் மறைத்தளம் கோவா மறைத்தளமென்றும் அதில் பணியாற்றியவர்கள் கோவா குருக்கள் என்றும் அழைக்கப்பட்டனர். உள் நாட்டுப் பகுதியில் கத்தோலிக்கம் பரவியபோது மதுரையைத் தலைநகராகக்கொண்டு செயல்பட்டது. இது 'மதுரை மிஷன்' எனப் பெயர்பெற்றது. இதுபோல் 18ஆம் நூற்றாண்டில் தமிழ்நாட்டில் பரவிய சீர்திருத்தக் கிறித்தவ சபை, 'தரங்கம்பாடி மிஷன், நாசரேத் மிஷன்,

ஆற்காடு மிஷன்' எனப் பல்வேறு மறைத்தளங்களைக் கொண் டிருந்தது.

இத்தகைய மறைத்தளங்களின் பணிகளை:

1. சமயப் பணி

2. சமூகப் பணி

என இரண்டாகப் பகுக்கலாம். மதமாற்றத்தை அடிப்படை நோக்கமாகக்கொண்டு இயங்கிய சமயப் பணியின் ஓர் அங்க மாகவே சமூகப் பணி அமைந்தது. கல்விக்கூடங்கள், மருத்துவ மனை, முதியோர் இல்லம், ஆதரவற்றோர் இல்லம் போன்ற வற்றை நிறுவி சமூகப் பணியாற்றினர். சாதிய ஒடுக்குமுறையும் தீண்டாமைக் கொடுமையும் ஆதிக்கம் செலுத்திவந்த தமிழ் நாட்டில் இக்கொடுமைகளுக்கு ஆளாகி அல்லல்பட்டு வந்த அடித்தள மக்களே குறிப்பிடத்தக்க வகையில் கிறித்தவ சமயத்தைத் தழுவினர். நாட்டின் ஒவ்வொரு பகுதியிலும் செயல்பட்டுவந்த கிறித்தவ மறைத்தளங்கள் ஒவ்வொரு பகுதிக் கும் ஏற்ற முறையில் செயல்பட்டன. எனவே, ஒரு மறைத்தளத் தின் வரலாறு என்பது மதமாற்றம், மற்றும் அறப்பணிகள் தொடர்பான வரலாறாக மட்டுமின்றி அப்பணிகள் நிகழ்ந்த குறிப்பிட்ட காலத்திய சமூக வரலாறுமாகும். அகக் காரணமான ஆன்மிகத்தைவிடப் புறக் காரணங்களான ஏழ்மை, பாலியல் ஒடுக்குமுறை, பஞ்சம், கொள்ளை நோய் போன்றவையும் மதமாற்றத்திற்கான முக்கியத் தூண்டுகோல்களாக விளங்கின. இதனால் ஒரு குறிப்பிட்ட மறைத்தளத்தின் வரலாறு என்பது அக்குறிப்பிட்ட பகுதியில் வாழ்ந்த அடித்தள மக்களின் வரலா றாகவும் அமைகின்றது. இதன் காரணமாக, தமிழ்நாட்டின் சமூக வரலாற்றை எழுதுவதற்கான முக்கிய ஆவணங்களாக மறைத்தள வரலாறுகள் அமைகின்றன.

ஆனால், பெரும்பாலான நமது மரபுவழி வரலாற்றறிஞர்கள் மறைத்தள வரலாறுகளைக் கண்டுகொள்வதில்லை. மதம் தொடர் பானதாக மட்டுமே மறைத்தள வரலாற்றைக் கருதுவதே இதற்குக் காரணமாகும். ஆய்வாளர்களையும் கிறித்தவக் குரு மாணவர் களையும் தவிர மற்றவர்கள் மறைத்தள வரலாறுகளைப் படிப் பதில் ஆர்வம் காட்டுவதில்லை.

தொடக்ககால மறைத்தளங்களின் வரலாற்றை எழுதிய ஐரோப்பிய மறைப் பணியாளர்களின் இனமைய வாத அடிப் படையிலான அணுகுமுறையும் இதற்கு ஓரளவு காரணமாகும். புறச்சமயிகள் உருவ வழிபாட்டுக்காரர்கள் (*idolators*), பேயை வணங்குபவர்கள் (*devil worshippers*) அஞ்ஞானிகள் என்ற சொற்

களை அவர்கள் பயன்படுத்தினார்கள். தமிழ்நாட்டின் பாரம் பரியப் பண்பாடனைத்தும் அநாகரிகமானதென்றும் ஐரோப் பியர்களின் கிறித்தவப் பண்பாடே உயர்ந்ததென்றும் அவர்கள் கருதியமை அவர்கள் எழுதிய நூல்களில் வெளிப்பட்டது. நாடு விடுதலை பெற்ற பின்னருங்கூட சுதேசியக் கண்ணோட் டத்தில் மறைத்தள வரலாறுகளை எழுதும் பணி தமிழ்நாட்டில் நிகழவில்லை.

பாக்ஸர், டிட்டானி டி சூஸா போன்று காலனி ஆதிக்கக் கண்ணோட்டத்திலிருந்து விடுபட்டு, கிறித்தவ மறைத் தளங்கள் குறித்த சுயமான வரலாற்று நூல்கள் தமிழில் இனிமேல்தான் உருவாகவேண்டும். ஐரோப்பியர்களின் நூல்களில் இடம்பெற் றுள்ள செய்திகளை மட்டுமே நம்பி எழுதப்படும் மறைத்தள வரலாறுகளில், பல அரிய வட்டாரச் செய்திகள் விடுபட்டுப் போகும் வாய்ப்பு அதிகம்.

இத்தகைய சூழ்நிலையில் தென்திருவிதாங்கூர் என்றழைக் கப்பட்ட இன்றைய கன்னியாகுமரி மாவட்டத்தில் சீர்திருத்தக் கிறித்தவம் பரவிய வரலாற்றை *A Forgotten History* என்ற பெயரில் அம் மாவட்டத்தைச் சார்ந்த ஜாய் ஞானதாசன் ஆங்கிலத்தில் எழுதியுள்ளார். 18, 19ஆம் நூற்றாண்டுகளில் தென்திருவிதாங்கூர்ப் பகுதியில் சீர்திருத்தக் கிறித்தவம் கால்கொண்டு தழைத்த வரலாற்றை ஆகூர், மீட், கிளாட்ஸன் ஆகியோர் ஆங்கிலத்தில் ஏற்கனவே விரிவாக எழுதியுள்ளனர். தற்போது மேற்கூறிய ஜாய் ஞானதாசனின் ஆங்கில நூல் 'ஒரு மறக்கப்பட்ட வரலாறு' என்ற பெயரில் தமிழில் வெளிவந்துள்ளது.

திருவாங்கூர் உருவானது தொடர்பான புராணக் கதையில் தொடங்கி அதன் சமூகப் பொருளாதார நிலை – சாதிகளுக் கிடையே நிலவிய உறவுநிலை – அங்கு வாழ்ந்த ஒடுக்கப்பட்ட மக்கள் மீது சுமத்தப்பட்டிருந்த ஊழியங்கள் எனப்படும் கட்டாய வேலை முறை – அவர்களுக்கு விதிக்கப்பட்ட கொடிய வரிகள் – அங்கு நிலவிய அடிமை முறைகள் என அன்றையக் குமரி மாவட்டத்தின் சமூக நிலையைக் கூறிவிட்டு 20ஆம் நூற்றாண்டின் நடுப்பகுதியில் நிகழ்ந்த சமூக மாறுதலோடு இந்நூல் முடிவடைகிறது.

தாழாக்குடி ஊரைச் சேர்ந்த மாடத்தி என்ற நிறைமாதக் கர்ப்பிணிப் பெண்ணை, கலப்பையில் எருமை மாட்டுக்கு இணையாகப் பூட்டி உழுது அவள் இறந்துபோனது, பிராமணர் களுக்கு உணவு வழங்குவதற்கு நிறுவப்பட்ட ஊட்டுப்புறை, குடைபிடிக்க, காலணி அணிய, இடுப்பில் குடமெடுத்துச் செல்ல, பசுக்களில் பால் கறக்க, வீட்டுக்கு ஓடு வேய, ஒடுக்கப் பட்ட சாதியினருக்கு உரிமை இல்லாத நிலை, தலைப்பாகை

அணியவும் மீசை வளர்க்கவும், வரி செலுத்தி அனுமதி வாங்கிய நிலை – முடிவரி, முலைவரி, தலைவரி என விசித்திரமான வரி விதிப்புகள், இவற்றைச் செலுத்தமுடியாத மக்களுக்கு விதிக்கப்பட்ட கொடூரமான தண்டனைகள், தன்னை 'அடியான்' என்றும் தன் குழந்தைகளைக் குரங்குகள், கன்றுக் குட்டிகள் என்றும் அழைக்கவேண்டிய நிலை, நீர்நிலையின் கரை உடைந்து போனால் தெய்வத்தின் கோபமென்று கருதி அதைப் போக்கும் வழிமுறையாக உடைப்பு ஏற்பட்ட இடத்தில் அடிமை ஒருவனைத் தள்ளி மண்ணைப் போட்டு மூடிப் பலிகொடுக்கும் கொடூரம், எனப் பல்வேறு சமூகக் கொடுமைகளை இந்நூல் படம்பிடித்துக் காட்டுகிறது.

இத்தகைய சமூகக் கொடுமைகள் மிகுந்த இப்பகுதியில் வேதமாணிக்கம் என்ற ஆதிதிராவிடர், கிறித்தவ சமயத்தைத் தழுவி சீர்திருத்தக் கிறித்தவம் இப்பகுதியில் பரவ வித்திடுகிறார். அவரது சொந்த ஊரான மயிலாடியில் தென் திருவிதாங்கூர்ப் பகுதியின் முதல் தேவாலயம் உருவாகியது. நாடார் சமூகத்தைச் சார்ந்தவர்கள் கிறித்தவ சமயத்தைக் கூட்டம் கூட்டமாகத் தழுவ, தென்திருவிதாங்கூர்ப் பகுதியானது குறிப்பிடத்தக்க அளவில் சீர்திருத்தக் கிறித்தவர்கள் வாழும் பகுதியாக மாற்ற மடைகிறது. மறைப் பணியாளர்களின் முயற்சியால் அடிமை முறை ஒழிந்தமை – அச்சாக்க முயற்சி – மருத்துவப் பணி போன்ற செய்திகளும் இந்நூலில் இடம்பெற்றுள்ளன. சீர்திருத்தக் கிறித்துவத்தின் தாக்கத்தினால், பண்பாட்டு அடையாளப் போராட்டங்களும் இப்பகுதியில் உருவாயின. வீடுகளுக்கு ஓடு வேயும் உரிமையற்றிருந்த நாடார்கள் ஓடு வேயத் தொடங்குகிறார்கள். நாகர்கோவில் புளியந்தோப்புப் பகுதியில் வாழ்ந்த பாக்கியம் என்ற பெண் தன் வீட்டிற்கு ஓடு வேய்ந்தது பெரிய பரபரப்பை ஏற்படுத்துகிறது. வீட்டுக்கு ஓடுபோட்ட பாக்கியம் என்ற பொருளில், 'ஓட்டைத் தூக்கு பாக்கியம்' என்ற பெயர் பெறுகிறாள். பண்ணையாளாக இருந்த நாடார் சாதியைச் சேர்ந்த பூதத்தான் குட்டியும் அவன் மனைவி இசக்கியும் கிறித்தவ சமயத்தைத் தழுவிச் சுத்தமான ஆடை அணிந்து, தன் முன்னாள் எஜமானரான மாடன்பிள்ளையைக் காணவருகின்றனர். தன் பண்ணையாளின் நடை, உடை, பாவனையில் ஏற்பட்ட முன்னேற்றத்தைச் சகிக்க முடியாத மாடன் பிள்ளை அவர்களை அடித்துத் துரத்துகிறான்.

அரை நிர்வாணமாகப் பெண்கள் இருக்கும்படி விதிக்கப்பட்டிருந்த இழிவான பண்பாட்டு ஒடுக்கு முறைக்கு எதிராக நிகழ்ந்த 'தோள்சீலைப் போராட்டம்' இந்நூலில் இடம்பெற்றுள்ள முக்கியமான சமூக வரலாற்றுச் செய்தியாகும்.

213 பக்கங்களைக்கொண்டுள்ள இந்நூலில், தென்திருவிதாங்கூரின் கொடூரமான கடந்தகால வரலாறு சுருக்கமாகவும் தெளிவாகவும் பதிவாகியுள்ளது. குமரி மாவட்டத்தைச் சார்ந்தவர் என்ற முறையில் பல வாய்மொழி வழக்காறுகளைச் சேகரித்து வெளியிடும் வாய்ப்பை இந்நூலாசிரியர் பெற்றிருந்தும் என்ன காரணத்தாலோ அதை அவர் தவிர்த்துள்ளார். அப்படிச் செய்திருந்தால் ஆகூர், மீட் போன்றவர்கள் எழுதிய ஆங்கில நூல்களின் தழுவலாக அன்றி ஒரு முதல் நூலாக இது அமைந்திருக்கும்.

மனோன்மணியம் சுந்தரனார் பல்கலைக்கழகத்தின் தமிழ்த் துறையில் பணியாற்றும் ஞா. ஸ்டீபன் குமரி மாவட்டத்துச் சீர்திருத்தக் கிறித்தவர்களிடையே வழக்கிலிருந்த கழியலடிப் பாடல்களையும் பஜனைப் பாடல்களையும் சேகரித்துக் கட்டுரைகள் எழுதியுள்ளார். கேரளப் பல்கலைக் கழகத்தைச் சார்ந்த ஐ. அருமைநாயகம் இதே மாவட்டத்து சீர்திருத்தக் கிறித்தவர்களிடையே வழங்கிய வேதாகமக் கதைப் பாடல்களைச் சேகரித்து ஆய்வுசெய்துள்ளார். ஆரல்வாய்மொழி அறிஞர் அண்ணா கல்லூரியின் தமிழ்த்துறையைச் சேர்ந்த முனைவர் அ.க. பெருமாளும் இத்தகைய பாடல்கள் பலவற்றைச் சேகரித்துள்ளார். மறைத்தளம் மற்றும் இறையியல் கல்லூரிகளில் உள்ள ஆவணங்களும் பழமையான நூல்களும் எந்த அளவுக்கு முக்கியமானவையோ அந்த அளவுக்கு நம் மண்ணில் வழங்கும் இத்தகைய வாய்மொழி வழக்காறுகளும் முக்கியமானவை. ஐரோப்பிய மறைப் பணியாளர்களின் செயல்பாடுகளின் தாக்கத்தை ஆவணங்களில் மட்டும் பார்க்காமல் மக்களிடமும் தேடவேண்டும். சான்றாக: நகோமி என்ற மறைப் பணியாளர் நூல்களை அச்சிட்டுக் குமரி மாவட்டத்தில் பரப்பியது ஒரு வரலாற்று நிகழ்வு. இது கிறித்தவர் அல்லாதவரையும் எப்படிப் பாதித்தது என்பதைக் ‘கவலை’ என்ற நூலின் ஆசிரியர் அழகியநாயகி அம்மாளின் கூற்று எடுத்துரைக்கிறது.

இந்நூலில் சில பெயர்ச்சொற்கள் தவறாக ஒலி பெயர்க்கப் பட்டுள்ளன. சான்றாக:

குப்பாயம்	–	கூப்பாயம்
குசுமன்	–	குஸ்மான்
பாரசாலை	–	பாரச்சாலை
திருநெல்வேலி	–	தின்னவேலி

என ஒலி பெயர்க்கப்பட்டுள்ளதைக் குறிப்பிடலாம். இதுபோல் 'பதிநீர்', 'கருப்புக்கட்டி' என்றால் அனைவருக்கும் புரியும் நிலையில், 'பதிநீர் என்ற இனிப்பான திரவத்தை இறக்கி அதனை ஒருவகை நாட்டுச் சீனியாகச் செய்து' (பக்கம் 27) என்று மொழிபெயர்ப்பது தமிழ் வாசகர்களுக்கு அவசியமற்றது. ஆங்கில மூல நூல்களின் பெயரையும் மூல ஆசிரியர்களின் பெயரையும் ஆங்கிலத்திலேயே கொடுப்பதுதான் இத்தகைய ஆய்வு நூலை மொழிபெயர்க்கும்போது பின்பற்ற வேண்டிய முறையாகும். நூலின் பெயரை மொழிபெயர்ப்பது மூலநூலைக் கண்டறிய விரும்பும் வாசகர்களுக்குத் துணைபுரிவதில்லை.

மொத்தத்தில் மறைத்தள வரலாறுகளைக் கற்கும் ஆர்வத்தையும் எழுதும் ஆர்வத்தையும் இந்நூல் ஏற்படுத்தும். அடிமை முறையும் ஊழியமும் பண்பாட்டு ஒடுக்குமுறைகளும் நிலவிய பண்டையத் தென்திருவிதாங்கூர்ப் பகுதியில், வைகுண்ட சுவாமி நீங்கலாக ஏனைய தம்பிரான்களும் ஆச்சாரியார்களும் அவர்களின் அனுக்கத் தொண்டர்களும் யார் பக்கம் நின்றனர் என்ற கேள்வியும் இந்நூலைப் படித்து முடித்ததும் ஒரு பக்கத்தில் எழுகிறது.

காலச்சுவடு.

ஆ. சிவசுப்பிரமணியன்

11

திருநெல்வேலிக்குக் கிறித்தவம் வந்தது

பதினாறாவது நூற்றாண்டில் கத்தோலிக்கக் கிறித்துவமும் பதினெட்டாம் நூற்றாண்டில் சீர்திருத்தக் கிறித்துவமும் தமிழ்நாட்டில் அழுத்தமாகக் காலூன்றிய பகுதி திருநெல்வேலிச் சீமையாகும். இன்றைய நெல்லை, தூத்துக்குடி மாவட்டங்களையும் விருதுநகர், சாத்தூர், சிவகாசி, திருவல்லிபுத்தூர் வட்டங்களையும் உள்ளடக்கிய பகுதியாக அன்றைய திருநெல்வேலிச் சீமை விளங்கியது.

'கிறித்தவம் எனும் சர்வதேசிய மதம்' நெல்லைச் சீமையில் பரவிய வரலாறு ஆழமான ஆய்விற்குரியது. கிறித்தவத்தின் தாக்கம் இப்பகுதியில் ஏற்படுத்திய சமூக மாற்றங்களும் ஆழ்ந்து ஆராயப்பட வேண்டியன. 16ஆம் நூற்றாண்டில் திருநெல்வேலிச் சீமையின் கடற்கரைப் பகுதியில் கத்தோலிக்கம் காலூன்றியதன் வாயிலாக, அராபிய மூர்களின் கொடூரத் தாக்குதல்களிலிருந்து பரதவர் என்ற சாதியினர் சமூகப் பாதுகாப்புப் பெற்றனர். பதினெட்டாம் நூற்றாண்டில் சீர்திருத்தக் கிறித்துவம் பரவியதன் வாயிலாக மேட்டிமைச் சாதியினரின் சமூகப் பண்பாட்டு ஒடுக்குமுறைக்கு ஆளாகிவந்த நாடார் சமூகத்தினர் சமூக மேம்பாட்டை அடைந்தனர். இவ்வாறு கிறித்துவம் இப்பகுதியில் இரு முக்கிய சாதியினரின் முன்னேற்றத்திற்கும் பாதுகாப்பிற்கும் துணைநின்றுள்ளது. ஆயினும் நெல்லைச் சீமையில் கிறித்தவம் பரவிய வரலாறு இதுவரை விரிவாக எழுதப்படவில்லை. பிஷப் கால்டு வெல், பால் அப்பாசாமி, ரெவரெண்ட் கிறிஸ்துதாஸ், ஹென்றி பாக்கியநாதன், 'வாத்தியார்' ஆர்.எஸ். ஜேக்கப் ஆகியோர் ஓரளவிற்கு இம்முயற்சியில் ஈடுபட்டு சில

நூல்களை வெளியிட்டுள்ளனர். ஆயினும் முழுமையான ஒரு நூல் இதுவரை வெளிவரவில்லை.

சீர்திருத்தக் கிறித்தவத்தின் முக்கியத்தளம் திருநெல்வேலி பகுதியாகத்தான் இருந்துள்ளது. சர்ச் மிஷனரி சங்கம் (*C.M.S.*), எஸ்.பி.சி.கே. (*S.P.C.K.*) என்ற இரு சீர்திருத்தக் கிறித்தவ அமைப்பு கள் இப்பகுதியில் செயல்பட்டன. 1857ஆம் ஆண்டில் அன்றைய சென்னை மாநிலத்தின் மொத்த சீர்திருத்தக் கிறித்தவர்களில் 50 விழுக்காட்டினர் திருநெல்வேலிப் பகுதியில்தான் வாழ்ந் துள்ளனர். சுவார்ட்சு, ரேனியஸ் ஐயர், கால்டுவெல், ஜீ.யூ. போப், விவிலியத்தைத் தமிழில் மொழிபெயர்த்த ஹென்றி பவர் போன்ற புகழ்வாய்ந்த ஐரோப்பிய மறைப் பணியாளர்கள் இப்பகுதியில் பணியாற்றியுள்ளார்கள். கிறித்தவச் சமயம் சார்ந்த சிறந்த பக்தி இலக்கியங்களை உருவாக்கிய இந்தியக் கிறித்துவர்களும் இம்மண்ணைச் சார்ந்தவர்கள்தான். கிறித்தவக் கம்பர் என்று போற்றப்படும் எச்.ஏ. கிருஷ்ணப்பிள்ளை, "முத்தி வழி அம்மானை" எழுதிய ஆழ்வார்தோப்பு கவீகரனார் ஆகியோர் புதிதாக மதம் மாறிய கிறித்தவர்களே. தமிழ் இசைப்பாடல் களை உருவாக்கிய தஞ்சை வேதநாயக சாஸ்திரியாரும் தமிழிசை அறிஞரான தஞ்சை ஆபிரகாம் பண்டிதரும் நெல்லையிலிருந்து தஞ்சைக்கு இடம் பெயர்ந்துசென்ற கிறித்தவக் குடும்பங்களைச் சார்ந்தவர்கள்தாம். பிஷப் அசரியா, அப்பாசாமி போன்ற அறிஞர்களும் புதிதாக மதம் மாறிய கிறித்தவக் குடும்பங்களி லிருந்து உருவானவர்களே.

திட்டமிடாது கொலை செய்தவர்களுக்காக இஸ்ரவேலில் உருவான அடைக்கலப்பட்டினங்கள் குறித்த செய்திகள் பழைய ஏற்பாட்டில் இடம்பெற்றுள்ளன. இதுபோன்றே கிறித்தவராக மதம் மாறியமைக்காக, கொலை அச்சுறுத்தலுக்கும் சாதி அல்லது ஊர்விலக்கத்திற்கும் ஆளானவர்களுக்காக அடைக்கலப் பட்டினங்கள் உருவாயின. நெல்லைச் சீமையில் முதன் முதலாக உருவான அடைக்கலப்பட்டினம் "முதலூர்" என்று பெயர் பெற்றது. இதன் தொடர்ச்சியாக மெய்ஞ்ஞானபுரம், பெத்லகேம், நாசரேத், எருசேலம், சமாரியா, கலிலேயோ, சாயர்புரம், சுவிசேஷபுரம், ஆனந்தபுரம், டோனாவூர் என அடைக்கலப் பட்டினங்கள் இங்கு உருவாயின. ஊர்கள் மட்டுமின்றி கல்விக் கூடங்கள், பிற பணி நிறுவனங்கள் ஆகியனவும் உருவாயின. மதமாற்றத்தை ஒட்டி உருவான இச்சமூக நிகழ்வுகள் அடித்தள மக்களை ஈர்த்தன. பலரும் கருதுவதுபோல் ஆங்கில அரசின் முழு ஆதரவு புதிய கிறித்துவர்களுக்குக் கிடைக்கவில்லை. சொல்லப்போனால் தங்களது கிறித்தவச் சார்பு, ஆட்சி

அதிகாரத்திற்கு இடையூறாக இருக்குமென்று நீண்டகாலமாக வெள்ளையர்கள் கருதினர்.

பத்தொன்பதாம் நூற்றாண்டின் தொடக்கத்தில் நெல்லைச் சீமையின் ஆட்சித் தலைவராக இருந்த லூஷிங்டன் "ராயனுக் குரியதை ராயனுக்கும் தேவனுக்குரியதைத் தேவனுக்கும் கொடுங் கள்" (மத்தேயு 22:21) என்று விவிலிய வாசகத்தை, புதிய கிறித்தவர் களுக்கு அழுத்தமாகக் கற்றுக்கொடுக்க வேண்டுமென்று மறைப் பணியாளர்களுக்குக் கடிதம் எழுதியுள்ளான்.

மேற்கூறிய அடைக்கலப்பட்டினங்களுக்கான நிலம் ஆங்கில அரசால் நன்கொடையாக வழங்கப்பட்டதல்ல. சமயப் பற்று மிக்க ஐரோப்பிய கிறித்தவர்களின் நன்கொடையால் வாங்கப் பட்டதாகும். ஆயினும் ஒரே சமயத்தினர் என்ற முறையிலும் ஓரளவுக்கு (காலனிய நலனைப் பாதிக்காத அளவிற்கு) சமூக நீதியின் மீது பற்றுக்கொண்டவர்கள் என்ற முறையிலும் வெள்ளை அதிகாரிகளின் உதவிகளை மறைப்பணியாளர்கள் பெறமுடிந்தது. சான்றாக 1859ஆம் ஆண்டில் திருநெல்வேலி நகரில் இறந்து போன ஆதிதிராவிடக் கிறித்தவரின் உடலை, பாளையங் கோட்டைக் கிறித்துவக் கல்லறைத் தோட்டத்தில் அடக்கம் செய்வது தொடர்பான நிகழ்வுகளைக் குறிப்பிடலாம்.

புதியம்புத்தூரைச் சேர்ந்த பறையர் ஒருவர் சீர்திருத்தக் கிறித்துவத்தைத் தழுவியிருந்தார். ஒரு வழக்கு தொடர்பாக நெல்லை நகருக்கு வந்த அவர் வயிற்றுப்போக்கினால் 1859 டிசம்பர் 20இல் காலமானார். மரணத் தருவாயில் கிறித்துவ முறைப்படித் தம்மை அடக்கம் செய்யவேண்டும் என்று கூறி யிருந்தார். கிறித்துவர்களுக்கான கல்லறைத் தோட்டம் பாளையங்கோட்டையில்தான் இருந்தது. எனவே, அவரது உடலைப் பாளையங்கோட்டைக்குக் கொண்டுசெல்ல வேண்டும். நெல்லை நகரின் ரதவீதி வழியாக அவரது உடலை எடுத்துச் செல்லும்போது, பிராமணர்களும் வேளாளர்களும் எதிர்ப்புத் தெரிவித்தனர். மறைப்பணியாளர்கள், அரசு அதிகாரி களின் உதவியை நாடிக் காவல் துறையின் பாதுகாப்பைப் பெற்றனர். ஆயினும் ஆதிக்கச் சாதியினர் கல்லெறிந்து கலகத்தில் ஈடுபட காவல்துறையினர் துப்பாக்கிச் சூடு நடத்தி, பிணத்தைப் பாளையங்கோட்டை கொண்டுசெல்ல உதவினர். ஆயினும் இதுபோல எல்லா நேரங்களிலும் அரசின் உதவியைப் பெற்றார் கள் என்று சொல்லிவிடமுடியாது.

மதமாற்றத்திற்கு எதிரான அமைப்புகளும் இப்பகுதியில் உருவாயின. 'விபூதிச் சங்கம்' என்ற அமைப்பு கிறித்தவ மத மாற்றத்திற்கு எதிராகக் கடுமையாகப் போராடியது. புதிதாகக் கிறித்தவர்களானவர்களின் மீது வலுக்கட்டாயமாகத் திருநீறு

பூசியது. கிறித்துவ மிஷனரிகளின் பாணியில் துண்டுப் பிரசுரங் களையும் வெளியிட்டது.

இவ்வாறு, நெல்லைச் சீமையின் மதமாற்ற வரலாறு பல வரலாற்றுச் செய்திகளைத் தன்னுள் அடக்கியுள்ளது. ஆனால், கிறித்தவச் சமய எல்லையைத் தாண்டி ஓர் அறிவுத் துறையாக 'மிஷன் வரலாறு' தமிழில் இன்னும் கருதப்படவில்லை. அரச பரம்பரை, கவர்னர் ஜெனரல்களின் பட்டியல், பிரதமர்களின் பட்டியல் எனப் பட்டியல்களின் தொகுப்பாக வரலாற்றைப் படித்ததனாலோ என்னவோ கிறித்தவ சபையினரும், பேராய ராக யார் இருந்தார், அவரது பணிக்காலத்தில் எத்தனை தேவாலயங்கள் மற்றும் அறநிறுவனங்கள் புதிதாகக் கட்டப் பட்டன, அவர் எப்போது காலமானார் அல்லது ஓய்வு பெற்றார் அவரையடுத்து யார் பொறுப்பேற்றார் எனப் பட்டியலிடும் முறையிலேயே வரலாற்றை எழுதிவிடுகின்றனர்.

சாதிய ஒடுக்குமுறை மேலோங்கியிருந்த தமிழ்ச் சமூகத் தில் ஒடுக்கப்பட்ட மக்கள் கிறித்துவத்தைத் தழுவியமைக்குப் பல்வேறு சமூகக் காரணங்கள் உண்டு. சான்றாக, பரப்பாடி என்ற கிராமத்தில் மதமாற்றம் நிகழ்ந்ததற்கான காரணத்தைக் குறிப்பிடலாம்.

நெல்லை மாவட்டம், பரப்பாடி கிராமத்தில் குளம் வெட்டும் வேலையை 1849ஆம் ஆண்டு அவ்வூர்ப் பண்ணையார் தொடங் கினார். இதற்காக ஊர் மக்கள் அனைவரையும் சவுக்கால் அடித்துக் கட்டாய வேலை வாங்கினார். சீர்திருத்தக் கிறித்தவ சமயக் குருவான சார்லஸ் ரேனியஸ் (தமிழறிஞர் ரேனியஸ் ஐயரின் மகன்) என்ற வெள்ளையர் அவ்வூரைக் கடந்து செல்லும் போது பண்ணையார் சவுக்கால் அடித்து வேலை வாங்குவதைக் கண்டார். உடனே, தம் குதிரையிலிருந்து இறங்கி பண்ணையார் கையிலிருந்த சவுக்கைப் பிடுங்கி அவரைத் திருப்பி அடித்தார். ஏழை மக்கள் மீது இத்தகைய வன்முறை கூடாது என்று கூறிவிட்டுத் தம் பயணத்தைத் தொடர்ந்தார்.

இந்நிகழ்ச்சியை நேரில் கண்ட அப்பகுதி மக்கள் அவ் வெள்ளையர் ஒரு கிறித்தவக் குரு என்பதை அறிந்துகொண்டனர். அவர் போதிக்கும் சமயத்தைத் தழுவினால் தங்களுக்குப் பாது காப்பு கிடைக்கும் என்று கருதி கிறித்தவத்தில் இணைந்தனர்.

இவ்வாறு மதமாற்றத்திற்கான சமூகக் காரணங்களை உற்று நோக்கினால், மிஷன் வரலாறு என்பது மிஷனரிகளின் காலவரிசைப் பட்டியலாகவோ, நிறுவனங்களின் எண்ணிக்கைப் பட்டியலாகவோ அமையாது, சமூக வரலாற்று ஆவணமாக அமையும் தன்மையது என்பது புலனாகும்.

பக் (Henriete Bugge) என்பவர் 'மிஷனும் தமிழ்ச் சமூகமும்' (Mission and Tamil Society) என்ற ஆங்கில நூலில், மிஷன்கள் குறித்த ஆய்வில் பின்வரும் மூன்று வினாக்களை முன்வைத்து அவற்றிற்கு விடை காண வேண்டும் என்று குறிப்பிடுகிறார்.

1. தாம் பணிபுரியும் சமூகத்தைக் குறித்த மிஷனரிகளின் பார்வை என்ன?

2. மிஷனரிகள் பணிபுரிந்த பகுதியின் உண்மையான சமூக நிலை என்ன?

3. புதிய கிறித்தவர்களோ, மதம் மாற இருந்தவர்களோ, மிஷனரி களிடம் இருந்து கற்றுக்கொண்டதை எந்த அளவிற்குப் பயன்படுத்திக்கொண்டார்கள்; எந்த அளவிற்குத் தம்மை மாற்றிக்கொண்டார்கள்?

நெல்லைச் சீமையில் சீர்திருத்தக் கிறித்தவம் பரவியது தொடர்பான வரலாற்று ஆய்வில் இம் மூன்று கேள்விகளுக்கும் முக்கிய இடமுண்டு. முதல் கேள்விக்கு எடுத்துக்காட்டாக, சாதியம் குறித்த மிஷனரிகளின் வேறுபாடான அணுகுமுறை களைக் குறிப்பிடலாம். சில மிஷனரிகள் சாதியத்தை ஒரு தீமை அல்லது பாவமாகக் கருதிக் கடுமையாக எதிர்த்தனர். சிலர் அதனுடன் சமரசம் செய்துகொண்டு சாதியம் சார்ந்த கிறித்தவத்தை உருவாக்கினர். ஏனைய வினாக்களுக்கான விடை தேடலும் முக்கியமானது.

இம்மூன்று கேள்விகளுடன் கூடுதலாகப் பின்வரும் மூன்று கேள்விகளை நாம் உருவாக்கிக்கொள்வது அவசியம்.

அ. மதம் மாறிய அடித்தள மக்களைப் பாதித்த சமூக அரசியல் நிகழ்வுகளின்போது மிஷனெரிகள் யார் பக்கம் நின்றனர்?

ஆ. மதமாற்றங்களுக்கு, குறிப்பாக குழும மதமாற்றத்திற்கு (Mass Conversion) உந்துசக்தியாக இருந்த சமூகக் காரணிகள் யாவை? (இவ்வினா, பக் குறிப்பிடும் இரண்டாவது வினாவுடன் தொடர்புடையது).

இ. மதம் மாறிய அடித்தள மக்களுக்குக் கிறித்தவம் புதிதாக வழங்கிய தகவுகள் (Values) பண்பாட்டு அடையாளங்கள் யாவை? அவர்களிடமிருந்து நீக்கிய அல்லது உள்வாங்கிக் கொண்ட தகவுகள், அடையாளங்கள் யாவை?

இம்முயற்சியில் முக்கியச் சான்றுகளாக நமக்குக் கிடைப்பன எல்லாம் ஐரோப்பிய மிஷனரிகள் உருவாக்கிய ஆவணங்கள் தான். பல ஐரோப்பிய மிஷனரிகள் ஐரோப்பிய இனமைய

வாத சிந்தனைக்கு ஆட்பட்டவர்கள் என்பதையும் மறுப்பதற் கில்லை. எனவே, இவற்றை மையமாகக்கொண்டு எழுதப்படும் வரலாறு முழுமையான வரலாறாக அமையாது. மக்களிடையே மத மாற்றம் நிகழ்ந்த சூழல், மதமாற்றத்திற்கான காரணம், ஐரோப்பிய மிஷினரிகளுக்கும் மக்களுக்கும் இடையிலான உறவுநிலை ஆகியன குறித்த வழக்காறுகள் வாய்மொழியாக வழங்கி வந்துள்ளன. காலம் கடந்தமையால் இவற்றில் பலவற்றை நாம் இழந்துவிட்டோம். ஆயினும் சில வழக்காறுகளை இப் பொழுதும்கூட நாம் சேகரிக்கமுடியும். ஐரோப்பியக் குருக் களுடன் மாறுபட்டுப் புதிய கிறித்தவர்கள் வெளியிட்ட குறு நூல்களும் துண்டு வெளியீடுகளும்கூடச் சில உண்மைகளை நமக்கு உணர்த்தும் தன்மையன. இவற்றைப் பயன்படுத்தும் போதுதான், நம் நிலம் சார்ந்த சுயமான மிஷன் வரலாற்றை நாம் எழுதமுடியும்.

மொழிபெயர்ப்பு வடிவில்கூட மிஷன் வரலாறுகள் தமிழ் வாசகர்களுக்குப் பரந்த அளவில் கிட்டவில்லை. ஜாய் ஞான தாசனின் "ஒரு மறக்கப்பட்ட வரலாறு" என்ற மொழிபெயர்ப்பு நூல் குமரி மாவட்டத்தில் கிறித்துவம் பரவியது தொடர்பான பல செய்திகளைத் தருகிறது. ஆயினும் இந்நூலும் கூட ஆகுர் (Agur) என்பவர் ஆங்கிலத்தில் எழுதிய மிஷன் வரலாற்றையே முதன்மை ஆதாரமாகக் கொண்டுள்ளது.

O O O

இப்பின்புலத்தில்தான் அன்பிற்கும் மரியாதைக்கும் உரிய திரு. டேவிட் பாக்கியமுத்து அவர்கள் எழுதியுள்ள 'திருநெல்வேலிக்குக் கிறித்தவம் வந்தது' என்ற நூலைப் பார்க்க வேண்டும்.

புனித தாமஸிலிருந்து தொடங்கி சவேரியார், தத்துவ போதகர், வீரமாமுனிவர் ஆகியோரின் முயற்சியால் கத்தோ லிக்கம் தென் தமிழகத்தில் பரவியதைத் தொடக்கத்தில் குறிப் பிடுகிறார். அடுத்து நெல்லைச் சீமையில் சீர்திருத்தக் கிறித்துவம் பரவியதை விரிவாகக் கூறுகிறார்.

கோகிலா என்ற மராத்தியப் பிராமணப் பெண்ணை, கட்டாய உடன்கட்டையிலிருந்து லிட்டில்டன் என்ற ஆங்கிலப் படை அதிகாரி தஞ்சையில் காப்பாற்றியதிலிருந்து தொடங்கி, நெல்லை வந்த கோகிலா மதம் மாறி கிளாரிந்தா என்ற கிறித்தவப் பெயரைச் சூடிக்கொண்டதையும், தன் உழைப்பை யும் செல்வத்தையும் நெல்லைப் பகுதியில் கிறித்தவத்தைப் பரப்பச் செலவிட்டதையும் தொடர்ச்சியாகக் கூறிச்செல்கிறார்.

ஐரோப்பிய மறைப்பணியாளர்களின் கருத்துகளை இந் நூலாசிரியர் வேதவாக்காக எடுத்துக்கொள்ளவில்லை. சுவார்ட்சு பாதிரியார் குறித்த வாழ்க்கை வரலாறு எழுதியவர்கள் அவரால் திருமுழுக்குக் கொடுக்கப்பெற்ற கிளாரிந்தா பற்றி எதுவும் குறிப்பிடாமையைச் சுட்டிக்காட்டுகிறார். விவிலியத்தில் இடம் பெறும் தாமர், ராகாப் என்ற ஒழுக்கம் தவறிய பெண்களுடன் கிளாரிந்தாவை ஒப்பிட்டு பிரௌன் என்பவர் எழுதியுள்ளதை நூலாசிரியர் கண்டிக்கிறார். இங்கு ஆசிரியரின் நேர்மையான விமர்சனத்தன்மை வெளிப்படுகிறது.

கிளாரிந்தா தொடங்கி வைத்த சீர்திருத்தக் கிறித்தவச் சபை திருநெல்வேலிச் சீமையின் பல்வேறு பகுதிகளிலும் கால் கொண்டதை எடுத்துக்காட்டுகளுடன் கூறிச்செல்கிறார். கத்தோலிக்கம் பரவியதையும் குறிப்பிடுகிறார். முதலூர் என்ற கிறித்தவக் குடியிருப்பு உருவானதன் பின்புலத்தையும், 'தடிக்கம்பு' தாவீது சுந்தரானந்தன், தடிக்கம்பு ஏந்திய இளைஞர் கூட்டத்தை உருவாக்கிப் புதிய கிறித்தவர்களைப் பாதுகாத்ததையும் சுவை படக் கூறிச்செல்கிறார். தாவீது சுந்தரானந்தத்தின் மீதான, நாட்டையர் சத்தியநாதனின் அணுகுமுறை நடுநிலை தவறியது என்பதையும் ஆசிரியர் சுட்டிக் காட்டுகிறார். முதலூர் உருவாக் கத்தையும் தாவீது சுந்தரனாந்தத்தின் செயல்பாடுகளையும் மையமாகக்கொண்டு ஒரு நல்ல வரலாற்று நாவலை உருவாக்க முடியும் என்ற எண்ணம் இப்பகுதியைப் படித்தவுடன் தோன்றி யது. தமிழ்நாட்டின் சாதியம் கிறித்தவச் சபைக்குள்ளும் நுழைந்து விட்ட கொடுமையையும் குறிப்பிடுவதற்கு ஆசிரியர் தவற வில்லை. கிறித்துவ நாடார்கள் வீட்டிற்கு வந்த உபதேசியார்கள் உணவுண்ண மறுத்ததையும் மற்றொருமுறை அரிசியுடன் வந்த உபதேசியார் வீட்டிற்கு வெளியே சமைத்து உண்டதை யும் ஆசிரியர் குறிப்பிடுவது அதிர்ச்சியாகவும் வேடிக்கையாகவும் உள்ளது. இதேபோல் தொடக்ககாலக் கிறித்தவர்கள் மீது நிகழ்த்தப்பட்ட கொடூரமான தாக்குதல்களையும் ஆசிரியர் குறிப்பிட்டுள்ளார்.

ஒரு சிறிய நூலில் இவ்வாறு பல அரிய செய்திகளைத் தொகுத்துக்கொடுத்துள்ளமை பாராட்டுதலுக்குரியது. இன்னும் விரிவாக எழுதியிருக்கலாமோ என்ற எண்ணம் நூலைப் படித்து முடித்தவுடன் ஏற்படுகிறது. ஐரோப்பியக் குருக்கள் உருவாக்கிய ஆவணங்களின் தற்சார்பை உணர்ந்து மிகுந்த எச்சரிக்கையுடன் அவற்றை ஆசிரியர் பயன்படுத்தியுள்ளார். ஆங்காங்கே அவர்களது கருத்துகளை விமர்சிக்கவும் தயங்க வில்லை.

○ ○ ○

நூலாசிரியர் முதுமையிலும் இளமைகொண்டவர். எண்பது வயதாகும் அவர் இன்றும், பல புதிய நூல்களை உடனுக்குடன் படித்துவிடுபவர். 'தங்க வசனத்தாய்' என்று போற்றப்பட்ட திருமதி ஞானமணி திரவியம் அம்மையாரின் திருமகன். பாரம்பரியம் மிக்க அழுத்தமான கிறித்தவக் குடும்பத்தைச் சார்ந்தவர். கல்லூரிப் பேராசிரியராகவும் சென்னையிலுள்ள கிறித்தவ இலக்கியச் சங்கத்தின் துணைச் செயலாளராகவும் வடகிழக்கு இந்திய கிறித்தவ இலக்கியச் சங்கங்களின் பொதுச் செயலாளராகவும் பணியாற்றிவர். நவீனத் தமிழ் இலக்கியத்தின் ஆய்வுக்களமாக சென்னைக் கிறித்தவ இலக்கியச் சங்கம் மாற்றம் பெற்றதும், சமய எல்லையைத் தாண்டி நவீனத் தமிழ் இலக்கிய நூல்களை வெளியிட்டு அனைத்துத் தரப்பினரிடமும் நெருங்கி வந்ததும் இவர் காலத்தில்தான். அவர் நடத்திய இலக்கியக் கருத்தரங்குகளில் படிக்கப்பட்ட கட்டுரைகளை மறு ஆண்டில் நூலாக வெளியிடுவதை வழக்கமாகக்கொண்டிருந்தார். அவரது ஆழ்ந்த சமயப்பற்று, பிற சித்தாந்தவாதிகளுடன் உறவு கொள் வதைத் தடுக்கவில்லை. மார்க்சியச் சிந்தனையாளர்களான பேரா.நா. வானமாமலை, கைலாசபதி, சிவத்தம்பி, செந்தில் நாதன் ஆகியோரைக் கட்டுரையாளர்களாக அழைத்து அவர் களது உரைகளை அச்சு வடிவில் கொண்டு வந்தார். தற்காலத் தமிழ் இலக்கியவாதிகள் பலருக்கும் நெருக்கமான நண்பர். 'நண்பர் வட்டம்' என்ற இலக்கிய இதழை நடத்தினார்.

இந்த இடத்தில் அவரது துணைவியார் திருமதி. சரோஜினி பாக்கியமுத்து அவர்களையும் கட்டாயம் குறிப்பிட்டாக வேண்டும். தமிழின் தொடக்ககால நாவலாசிரியர்களில் ஒருவ ரான மாதவையா, ஆங்கிலத்தில் எழுதிய ' கிளாரிந்தா', 'சத்தியானந்தன்' என்ற இரு நாவல்களையும், ஆலிவர் கோல்டு ஸ்மித் எழுதிய 'விக்கார் ஆப் வேக்பீல்ட்' என்ற நாவலையும், தமிழில் மொழிபெயர்த்தவர். 'விவிலியமும் தமிழும்' என்ற சிறந்த ஆய்வு நூலை எழுதியவர். இத் தம்பதியரை அடிக்கடி சந்தித்து உரையாடுவதை நான் வழக்கமாகக்கொண்டுள்ளேன். உரையாடலின் மையப்பொருள் இலக்கியம் அல்லது வரலாறாக இருக்கும். இவர்களிடம் உரையாடிவிட்டுத் திரும்பும்போது பல நூல்களைப் படித்தறிந்த உணர்வு ஏற்படும். இத்தகைய இயல்புவாய்ந்த இருவரும் இணைந்து இன்னும் விரிவான முறையில் நெல்லையில் கிறித்தவம், குறிப்பாக சீர்திருத்தக் கிறித்தவம் பரவிய வரலாற்றை எழுதவேண்டும். அதற்கான தகுதி இவர்களுக்கு உண்டு.

இவர்கள் இருவரும் இணைந்து 1998ஆம் ஆண்டில் 'திருநெல்வேலிக் கிறித்தவக் குடும்ப வரலாறு' என்ற தலைப்பில்

கருத்தரங்கம் ஒன்றை நிகழ்த்தி, அதில் படிக்கப்பட்ட பதினெட்டு கட்டுரைகளையும் தொகுத்து, 'புதியதோர் சமுதாயம்' என்ற தலைப்பில் 2001 ஏப்ரலில் நூலாக வெளியிட்டுள்ளார்கள். அந்நூலின் பதிப்பாசிரியர்கள் என்ற முறையில் இருவரும் எழுதிய பதிப்பாசிரியர் குறிப்பில்,

"ஒரு திருச்சபையின் வரலாற்றைப் படிக்க மேலிருந்து கீழ் இல்லாமல், கீழிருந்து மேல் என்ற அணுகுமுறை இக்கட்டுரைகளில் செயல்படுத்தப்பட்டுள்ளது. அதாவது திருச்சபைப் பெருந்தலைவர்கள், நிர்வாகிகள் ஆகியோரின் சரித்திரங்களைவிடவும் சமயத்தின் கொள்கை, கோட்பாடுகளை அலசுவதைவிடவும் சமயம் மாறிய சாதாரண மானவர்களின் கதைகள், அவர்கள் ஊர்கள், குடும்பங்களில் அன்று நிலவிய சூழல் ஆகியவற்றை ஆய்ந்தறிந்து எழுதிப் படித்ததன் மூலம் சுவிசேடக் கிறித்தவச் சமயம் நெல்லையில் கால்கொண்ட வரலாற்றை அறிய முயன்றோம்"

என்று எழுதியுள்ளார்கள். இத்தகைய கண்ணோட்டம் உடையவர்களால்தான், நெல்லைச் சீமையில் சீர்திருத்தக் கிறித்தவம் பரவிய வரலாற்றை விரிவாகவும் ஆழமாகவும் எழுதமுடியும். இந்நூல் கிறித்தவம் பரவி வளர்ந்த வரலாறாக மட்டும் அன்றி, ஒடுக்கப்பட்ட மக்கள் தங்கள் உயர்வுக்குப் பற்றுக்கோடாகக் கிறித்துவ மதத்தைத் தழுவிய உண்மையைப் புலப்படுத்தும் நூலாகவும் உண்மையான சமூக வரலாற்று நூலாகவும் அமையும். நெல்லைச் சீமையில் கிறித்தவம் கடந்துவந்த கரடு முரடான பாதையைத் தெரிந்துகொள்ள விழையும் ஆர்வம்கொண்டவர்களுக்கு இந்நூல் மிகவும் பயனுடையதாக அமையும் என்பதில் ஐயமில்லை.

12
கால்டுவெல்லும் இடையன்குடியும்

வாய்மொழிக் கதைகளின் வகைமைகளுள் ஒன்றாகத் 'துணுக்குச் செய்திகள் (Anecdotes) அமைகின்றன. ஒரு குறிப்பிட்ட ஊர் – ஒரு தனி மனிதன் – ஒரு நிறுவனம் தொடர்பாகப் பல்வேறு துணுக்குச் செய்திகள் வாய் மொழியாக வழங்கிவருகின்றன. இவற்றில் உண்மையும் கற்பனையும் கலந்து காணப்படினும், இவை அனைத்தும் உண்மையான வரலாற்றுச் செய்திகள் என்று பொது மக்கள் நம்புகின்றனர். அதிலும் வரலாற்றில் இடம்பெற்ற ஒரு தனி மனிதனைக் குறித்துப் பல்வேறு துணுக்குச் செய்திகள் கர்ண பரம்பரையாக வழங்கிவருவதுடன், நம் காலத்திய நாயகர்கள் குறித்தும் புதிது புதிதாகத் துணுக்குச் செய்திகள் உருவாகி வழங்கி4வருகின்றன. காந்தி, நேரு, எம்.ஜி.ஆர் ஆகியோர் குறித்த துணுக்குச் செய்திகளை இதற்கு எடுத்துக்காட்டாகக் கூறலாம்.

பொதுமக்களுக்கு மகிழ்ச்சியூட்டும் முறையில் மிகச் சுருக்கமாகவும் பொழுதுபோக்குத் தன்மையுடனும் இவை அமையும். சில துணுக்குச் செய்திகள் ஒழுக்கப்போதனை செய்வதாகவும் கிளைக்கதை போன்றும் இருப்பதுண்டு. வம்புச் செய்திகளையும் அவதூறுகளையும் உள்ளடக்கிய தாகவும் சில துணுக்குச் செய்திகள் உருவாவதுண்டு. புகழ்பெற்ற மனிதர்களின் வாழ்க்கை வரலாற்றிலுள்ள இடைவெளியை இட்டுநிரப்பும் வகையிலும் இவை தோன்றலாம். யேசுநாதரின் குழந்தைப் பருவம் குறித்து விவிலியத்தில் விரிவான செய்தி இல்லை. இக்குறையைப் போக்கும் வகையில் "குழந்தைப் பருவத் திருமறை" (Infancy Gospel) எனப் பல்வேறு துணுக்குச் செய்திகள் உருவாகி அவை கிறித்துவத் திருச்சபையின் அங்கீகாரம் பெறாத "அப்போகிரைபா" என்னும் நூல் தொகுப்பில் இடம் பெற்றுள்ளன.

ஆ. சிவசுப்பிரமணியன்

தமிழ்நாட்டில் வாய்மொழியாக வழங்கிவந்த துணுக்குச் செய்திகளைச் சேகரித்து ஆவணமாக்காமையால் அவற்றில் பல மறைந்துவிட்டன. ஆயினும் ஆங்காங்கே துணுக்குச் செய்திகள் இன்னும் வாய்மொழியாக வழங்கிவருகின்றன. 'திராவிட மொழிகளின் ஒப்பிலக்கணம்' என்ற நூலின் வாயிலாகத் தமிழர்களுக்கு நன்கு அறிமுகமான ஐரோப்பியத் தமிழறிஞர் கால்டுவெல் *(1814 – 1819)* இடையன்குடி என்ற சிற்றூரில் நாற்பதாண்டுக் காலம் வாழ்ந்தார். அவருக்கும் அவ்வூருக்குமான தொடர்பு குறித்த செய்திகள் இன்னும் அங்கு வழக்கில் உள்ளன. இவை அவ்வூருக்கும் அவருக்கும் இடையிலான உறவை மட்டுமின்றி அக்காலத்திய மக்கள் நிலையையும் எடுத்துரைக்கும் சமுதாய ஆவணங்களாகவும் அமைகின்றன.

இன்றைய நெல்லை மாவட்டத்தின் நாங்குநேரி வட்டத்திலுள்ள ஒரு கிராமம் இடையன்குடி. செம்மண் மேடுகளும் பள்ளங்களும் அமைந்த தேரிக்காட்டுப் பகுதியில் இவ்வூர் அமைந்துள்ளது. கிறித்துவ சமயப் பரப்புதலுக்காக 1841ஆம் ஆண்டில் கால்டுவெல் இங்கு வந்தார். அப்போது 'வல்லிடையன் குடியிருப்பு' என்று இவ்வூருக்குப் பெயர். இதற்குத் தென்கிழக்கில் உள்ள குட்டம் என்ற கடற்கரைச் சிற்றூரில் வாழ்ந்துவந்த நிலக்கிழார் குடும்பங்களுக்கு இவ்வூரின் நிலப்பகுதி உரிமையாக இருந்தது. இங்கு குடியிருந்தவர்கள் இக்குடும்பத்தினருக்கு ஆண்டுதோறும் 'குடியிருப்பு வரி' செலுத்தி வந்தனர். அத்துடன் தங்கள் வீடுகளில் நடக்கும் மங்கல, அமங்கல நிகழ்ச்சிகளுக்கும் 'பூப்பு வரி', 'கல்யாண வரி' என்ற பெயரில் வரிசெலுத்த வேண்டியிருந்தது. வரிகளை ஒழுங்காகச் செலுத்தாதவர்களை ஊர்க் கிணறுகளில் தண்ணீர் எடுக்க அனுமதிப்பதில்லை.

வல்லிடையன் குடியிருப்பின் கீழ்ப் பகுதியை 99 ஆண்டுகளுக்குக் கால்டுவெல் குத்தகைக்கு எடுத்து, குத்தகைப் பணத்தையும் மொத்தமாகச் செலுத்தினார். இப்பகுதியில் மதம் மாறிய மக்களுக்காக குடியிருப்புப் பகுதியை நன்கு திட்டமிட்டு உருவாக்கினார். தென் பகுதியைப் பள்ளிக்கூடம், கோயில் ஆகியவற்றிற்கு ஒதுக்கியதுடன் வடபகுதியிலும் கீழ்ப்பகுதியிலும் அகலமான தெருக்களை உருவாக்கி வரிசையாக வீடுகளைக் கட்டும்படிச் செய்தார். நாள்தோறும் வீதியில் ஒரு முனையிலிருந்து மறுமுனையைப் பார்வையிடுவார். யாராவது வீட்டின் முன்புற வேலியைத் தெருவை நோக்கிச் சற்று நகர்த்தியிருந்தால் அதை உடனடியாகத் தூக்கி எறிந்துவிட்டு அவர்களை அழைத்து எச்சரிப்பார். (இப்பொழுது கால்டுவெல் இல்லாததால் சிலர் சிமெண்டு மேடையே கட்டிவிட்டார்கள்.) நாள்தோறும் ஒரு மரமாவது நடுவதை அவர் வழக்கமாகக்கொண்டிருந்தார். அவரது குடியிருப்புக்கு அருகில் எங்கிருந்தோ ஓர் அபூர்வமான மரக்

கன்றைக் கொண்டுவந்து நட்டு வைத்தார். அம்மரம் இன்றும் உள்ளது. அதன் இயற்பெயர் தெரியாத நிலையில் 'புட்டா மரம்' என்று அழைகின்றனர். புட்டான் பூச்சி (தட்டாம் பூச்சி) மிகுதியாக அம்மரத்தை மொய்ப்பதால் இவ்வாறு பெயர் பெற்றதாகக் கூறுகின்றனர்.

இங்கு வாழ்ந்த கிறித்தவர்களிடமும், குட்டம் நிலக்கிழார்கள் மங்கல, அமங்கல நிகழ்ச்சிகளுக்கு வரி கேட்டனர். தான் 99 ஆண்டுகளுக்கான நிலவரியைக் குத்தகைப் பணமாகச் செலுத்தி விட்டதால் இனி வரி எதுவும் கொடுக்கமுடியாது என்று கால்டுவெல் மறுத்துவிட்டார். நிலத்தில் குடியிருக்கும் உரிமையை மட்டுமே குத்தகைக்குக் கொடுத்துள்ளதாகவும் மரபுவழி உரிமை களைக் குத்தகைக்கு விடவில்லை என்றும் அவர்கள் வாதிட, கால்டுவெல் தன் நிலையில் உறுதியாக நின்றார். கோபம்கொண்ட குட்டத்து நிலக்கிழார்கள் குடிதண்ணீர்க் கிணற்றுக்குச் செல்ல முடியாதவாறு உடைமரத்து முள்ளை வெட்டி அடைத்தனர். வரி கொடுத்தால்தான் தண்ணீர் எடுக்க முடியும் என்ற நிலை உருவாகியது. ஆனால், கால்டுவெல் புதிதாகக் கிணறு வெட்டிப் பிரச்சினையைத் தீர்த்தார். இறுதிவரை இடையன்குடிக் கிறித் தவர்கள் குட்டத்து நிலக்கிழாருக்கு வரி செலுத்தியதில்லை. இதன் காரணமாகக் குட்டம் கிராமத்தில், கால்டுவெல்லின் சமயப் பணிகளுக்கு இடையூறுகள் நேர்ந்தன. அவர் அங்கு கட்டிய சிற்றாலயம் ஒன்றை இடித்துவிட்டனர்.

இடையன்குடியில் மட்டுமின்றி அதைச் சுற்றியுள்ள கிராமப் பகுதிகளிலும் கால்டுவெல் சமயப் பணி செய்துவந்தார். இதன் பொருட்டு நாள்தோறும் குதிரையில் பயணம்செய்து திரும்பி வரும்போது இரவாகிவிடும். சாலையும் வெளிச்சமும் இல்லாத நிலையில் சில நேரங்களில் தேரிக் காட்டில் அவர் வழிதவறிச் செல்ல நேர்ந்தது. பின்னர் இதனைத் தவிர்க்க இரவில் கால்டுவெல் திரும்பி வரும்வரை தேவாலயத்தின் உயரே நின்று காவோலையைக் கொளுத்திக்காட்டுவர். அவ் வெளிச்சத்தை அடையாளமாகக்கொண்டு அவர் இடையன்குடிக்குத் திரும்புவார். 1880ஆம் ஆண்டு இப்பொழுது இடையன்குடியில் இருக்கும் தூய திரித்துவ

கால்டுவெல்

ஆலயம் கால்டுவெல்லால் கட்டி முடிக்கப்பட்டது. ஆங்கில

இசை இராகங்களை இசைக்கும் நான்கு மணிகளை இங்கிலாந்தி லிருந்து அவரது சகோதரர் ஜேம்ஸ் கால்டுவெல் அன்பளிப்பாக வழங்கினார். ஜாய் மணிகள் *(Joy bells)* என்றழைக்கப்படும் இவற்றை மணிக்கூண்டில் அமர்ந்தவாறே ஆங்கிலேய இசைக் குறிப்புகளுக்கு ஏற்ப இசைக்கச் செய்வர். இன்றும் இடையன்குடி மக்களின் பெருமைக்குரிய ஒன்றாக இவை உள்ளன. இதன் பின்னர் கால்டுவெல் இரவு நேரத்தில் திரும்ப நேர்ந்தால் இம்மணிகளை இடைவிடாது அடித்துக்கொண்டிருப்பர். மணி யோசையை அடையாளமாகவைத்து கால்டுவெல் இடையன்குடி வந்துவிடுவார்.

இடையன்குடியில் வாழ்ந்த கிறித்தவர்களில் பெரும்பாலோர் பனைத் தொழில் புரிந்துவந்தனர். பனைப்பருவம் முடிந்துவிட் டால் பெண்களுக்கு வேலை இருக்காது. ஆகவே, கால்டுவெல் லின் மனைவி எல்லிசா, பூத்தையல் பயிற்சிப் பள்ளியை நிறுவி அப்பெண்களுக்குப் பயிற்சி அளித்தார். பின், அவர்களுக்காகப் பூத்தையல் வேலைப்பாடுகொண்ட லேஸ்களைத் தயாரிக்கும் தொழில் கூடத்தை நிறுவி வேலைவாய்ப்பை அளித்தார். இடையன்குடியில் உருவான வேலைப்பாடு மிக்க பூத்தையல் துணிகள் தமிழ்நாட்டின் முக்கிய நகரங்களுக்கு மட்டுமன்றி இங்கிலாந்துக்கும் ஏற்றுமதியாயின.

ஒருநாள் இடையன்குடி ஊர்ச் சிறுவர்கள் சிலர் ஊருக்கு வெளியில் உள்ள தேரி மணலில் இதுவரை அவர்கள் பார்த்திராத வட்டவடிவமான பொருளைக் கண்டனர். இவ்வினோதமான பொருளிலிருந்து இடைவிடாது மெல்லிய துடிப்போசை வந்து கொண்டிருந்தது. அது ஒருவகை வண்டு எனக் கருதி ஒரு குச்சியை இரண்டாக ஒடித்து இடுக்கிபோல் பயன்படுத்தி அதை வீட்டிற்குத் தூக்கி வந்தனர். பின் இலையும் ஆட்டுப் புழுக்கையும் போட்டு மூடிவைத்தனர். மறுநாள் பார்த்தபோது வண்டு ஒலி எழுப்பவில்லை. அது இறந்துவிட்டது என்ற முடிவுக்கு வந்தனர்.

வினோத வண்டு குறித்த செய்தி கால்டுவெல் காதுக்கும் எட்டியது. தாம் பார்ப்பதற்காக அதை எடுத்து வரும்படிக் கூறினார். வண்டுடன் கூடிய பானையைச் சிறுவர்கள் சுமந்து வந்து அவர் முன் வைத்தனர். பானையைத் திறந்து அதன் உள்ளே இருந்த வண்டைக் கண்டவுடன் அவருக்கு ஒரே மகிழ்ச்சி. முந்தைய நாள் குதிரையில் செல்லும்பொழுது அவர் தொலைத்துவிட்ட அவரது கைக்கடிகாரம்தான் அது. சாவி தீர்ந்துபோனதால் அது ஒலி எழுப்பாமல் இருந்தது. அதை எடுத்துச் சாவி கொடுத்தவுடன் அது மீண்டும் ஒலிக்கத் தொடங் கியது. வண்டு மீண்டும் ஒலி எழுப்புவதை வியப்புடன் பார்த்த சிறுவர்களிடம் அது கடிகாரம் என்பதை விளக்கினார்.

ஒருமுறை கால்டுவெல் தன் குடும்பத்துடன் இங்கிலாந்து சென்றபொழுது பொருட்காட்சி ஒன்று இலண்டன் நகரில் நடைபெற்றுக் கொண்டிருந்தது. கால்டுவெல் குடும்பத்தினர் அதைக் காணச்சென்றனர். கூட்டத்தில் அவரது இளைய மகள் லூயிசா பெற்றோர்களைப் பிரிந்து அழுதுகொண்டிருந்தாள். இலண்டன் நகரக் காவல் துறையினர் அவளைக் காவல் நிலையத்திற்கு அழைத்துச்சென்றனர். அச்சிறுமியின் பெற்றோரைக் கண்டுபிடித்து, அவளை ஒப்படைக்கும் நோக்கில், அவளது பெயர், பெற்றோர் பெயர், ஊர்ப்பெயர், ஆகியவற்றைக் கேட்டனர். சிறுமி லூயிசா எல்லாவற்றிற்கும் சரியாகப் பதிலளித்தாள். ஆனால் காவலர்களுக்குத்தான் ஒரே குழப்பம். ஏனெனில், அச்சிறுமி கூறிய பெயரில் ஊர் எதுவும் இங்கிலாந்தில் இல்லை. நல்ல வேளையாகக் கால்டுவெல் தம்பதியினர் குழந்தையைத் தேடிக் காவல் நிலையத்திற்கு வர, பிரச்சனை முடிந்தது. சிறுமி லூயிசா கூறிய ஊரின் பெயர் என்னவென்று தெரியுமா? அவள் பிறந்து வளர்ந்த ஊரான இடையன்குடிதான். இந் நிகழ்ச்சி வட அயர்லாந்திலுள்ள பெல்பாஸ்ட் (Belfast) நகரின் மக்கள் நடமாட்டமிக்க முக்கிய வீதியில் நடந்தாகவும் கூறுவர்.

நாற்பதாண்டுக் காலம் இடையன்குடியில் வாழ்ந்து அவ் வூரின் வளர்ச்சியில் பங்கேற்ற கால்டுவெல் 1819 ஆகஸ்ட் 28இல் கொடைக்கானலில் காலமானார். இடையன்குடி மக்களின் விருப்பத் திற்கேற்ப அவர் கட்டிய தூய திரித்துவ ஆலயத்தின் பலி பீடத்தில் அவரது உடல் அடக்கம் செய்யப்பட்டது. அவரது மனைவி எல்லிசா 1899 ஜூன் 18இல் காலமானார்.

எலீசா கால்டுவெல் கல்லறை

அவரது உடலும் அதே பலிபீடத்தில் அடக்கம் செய்யப்பட்டது. கால்டு வெல் உயிருடன் இருந்தபோதே 1872இல் தனது 23ஆவது வயதில் திருவனந்தபுரத்தில் காலமான அவரது இளையமகளான லூயிசா வுக்கும் இத்தேவாலயத்தில் நினைவுக் கல்வெட்டு ஒன்று நிறுவப்பட்டுள்ளது.

(இத்துணுக்குச் செய்திகள் சிலவற்றைக் கூறியதுடன் வேறு தகவலாளர்களையும் அறிமுகப் படுத்தி உதவிய திரு.ஜி.வி.எஸ். ஹென்றி. (ஓய்வுபெற்ற தலைமை ஆசிரியர், இடையன்குடி) அவர் களுக்கு நன்றி.)

காலச்சுவடு

ஆ. சிவசுப்பிரமணியன்

இடையன்குடி தூய திருத்துவ தேவாலயம்

தேவாலய மணி

எலிசா கால்டுவெல்

கால்டுவெல் கல்லறை

ஓவிய வேலைப்பாடுகொண்ட கண்ணாடி (தூய திரித்துவ தேவாலயம்)

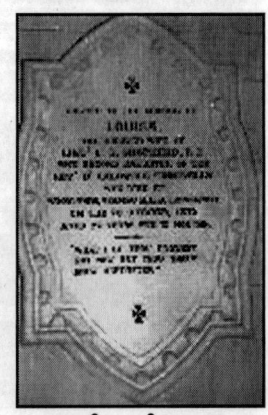
லூயிசா நினைவுக் கல்வெட்டு

13

சட்டாம்பிள்ளை வேதம்

இந்தியாவில் பரவிய கிறித்தவம், ஒடுக்குதலுக்கு ஆளான பெருந்திரளான மக்களைத் தன்னுள் ஈர்த்துக் கொண்டது. கிறித்தவத்தைத் தழுவிய இம்மக்களையும் அவர்களின் பாரம்பரியப் பழக்கவழக்கங்களையும் இன மையவாதச் சிந்தனையுடன் ஐரோப்பிய மறைப் பணி யாளர்கள் சிலர் நோக்கினர். சில ஐரோப்பிய மறைப் பணியாளர்கள் மேட்டிமை ஜாதியினருக்கு ஆதரவாக நின்று ஒடுக்கப்பட்ட மக்களை இரண்டாம் நிலைக் கிறித்தவர்களாகப் பார்த்தனர். இதனால் நவீனக் கல்வி யைப் பெற்ற புதிய கிறித்தவர்கள் தமக்கு ஏற்றமுறையில் புதிய கிறித்தவப் பிரிவொன்றை உருவாக்க முயன்றனர். சாதிய மற்றும் பண்பாட்டு ஒடுக்குமுறைக்குத் துணை நின்ற, தம் பூர்வீக மதத்தை விரும்பாத நிலையில், புதிய மதத்திலுள்ள பாகுபாடுகளையும் பொறுத்துக்கொள்ள முடியவில்லை. இத்தகைய இக்கட்டான நிலையில் அவர் களில் சிலர் உருவாக்கிய சுயேச்சைத் தன்மையுடன் கூடிய கிறித்தவ சபைகள் பாலைவனச் சோலைகள் போல் அமைந்தன. கிறிஸ்துவை ஏற்றுக்கொண்ட இம் மக்கள், அவரைத் தம் வழிகாட்டியாகவும் மீட்பராகவும் உறுதியாக நம்பினர். அதே நேரத்தில் ஐரோப்பியப் பண்பாட்டை வெளிப்படுத்தும் வகையிலான வழிபாட்டு முறைகளையும் பழக்கவழக்கங்களையும் கைவிட்டு இம் மண்ணின் பாரம்பரியத்துடன் கிறித்தவத்தை இணைத்துக் கொண்டனர். ஆந்திரத்தில் சுப்பாராவ், கேரளத்தில் குமாரதேவா, தமிழ்நாட்டில் பெரியண்ணன் சவுரிராயன் யேசுதாசன் ஆகியோர் சுயேச்சைக் கிறித்தவச் சபைகளை நிறுவியவர்களில் குறிப்பிடத்தக்கவர்கள். தமிழ்நாட்டின் முதல் சுயேச்சை கிறித்தவ சபையாக "இந்து ஏகரட்சகர் சபை" என்ற அமைப்பு உருப்பெற்றது.

ஆ. சிவசுப்பிரமணியன்

18ஆம் நூற்றாண்டின் இறுதிப் பகுதியில் அன்றையத் திருநெல்வேலி மாவட்டத்தில் சீர்திருத்தக் கிறித்தவம் விரைவாகப் பரவத் தொடங்கியது. நாடார் சமூகத்தினர், குறிப்பாக திருநெல்வேலி மாவட்டத்தின் தென்கிழக்குப் பகுதியில் உள்ள தேரிப் பகுதியில் வாழ்ந்தவர்கள் அதிக அளவில் மதம் மாறினர். இவ்வாறு, மதம் மாறியவர்கள் பெரும்பாலும் கூட்டம் கூட்டமாக மதம் மாறினார்கள். சில பகுதிகளில் மதம் மாறியவர்கள் துன்புறுத்தலுக்கு ஆளானார்கள். இதைத் தவிர்க்கும்வகையில் சில புதியக் குடியிருப்புகளைக் கிறித்தவ மறைப் பணியாளர்கள் உருவாக்கினர். இவ்வாறு முதல் முதலாக உருவாக்கப்பட்ட, முற்றிலும் மதம் மாறிய நாடார்களைக்கொண்ட கிராமம் முதலூர் எனப் பெயர் பெற்றது. இதையடுத்து, மெய்ஞ்ஞானபுரம், ஆனந்தபுரம், சுவிசேஷபுரம், பிரகாசபுரம், நாசரேத், கடாட்சபுரம், கானாவிளை என கிறித்துவ சமயம் சார்ந்த பெயர்களைக்கொண்ட ஊர்கள் உருவாயின. மதம் மாறிய நாடார்களுக்காக சாயர் என்ற ஆங்கிலேயர் விலைக்கு வாங்கிய நிலத்தில் உருவான கிறித்தவக் கிராமம் அவரது பெயராலேயே சாயர்புரம் எனப் பெயர்பெற்றது. இவ்வாறு சீர்திருத்தக் கிறித்தவம் மிக விரைவாக இப்பகுதியில் பரவி நாடார்களின் சமயம் என்று சொல்லக்கூடிய நிலையை அடைந்தது.

இத்தகைய புதிய குடியிருப்புகளுள் நாசரேத்தும் ஒன்றாகும். கால்டுவெல் எழுதிய திருநெல்வேலி மிஷன் சரித்திரத்தில், வாழையடி என்ற கிராமத்திற்கு அருகிலுள்ள கிராமமாக் நாசரேத்தைக் குறிப்பிடுகிறார். இதனருகிலுள்ள மூக்குப்பேரி, பிரகாசபுரம் ஆகிய ஊர்களும் சீர்திருத்தக் கிறித்தவர்கள் மிகுதியாக வாழும் ஊர்களாக அமைந்தன. சீர்திருத்தக் கிறித்தவ மிஷினெரிகளில் ஒன்றான எஸ்.பி.ஜி.யின் முக்கியத் தளமாக நாசரேத் அமைந்தது. இதை 'நாசரேத் மிஷின்' என்றழைத்தனர். பள்ளிகளும் சிறிய அளவிலான மருத்துவமனைகளும் மிஷினரிகள் வசிக்கும் இடமும் இங்கு உருவாயின. ஐரோப்பிய கிறித்துவக் குருக்கள் நாசரேத்தை மையமாகக்கொண்டு சமயப் பணி, சமூகப் பணிகளை மேற்கொண்டனர்.

அருமை நாயகம்

நாசரேத்துக்கு வடமேற்கில் சீர்திருத்தக் கிறித்தவர்கள் மிகுதியாக வாழும் ஒரு கிராமம் மூக்குப்பேரி. கொற்கையிலிருந்து வெளியேறி இங்கு குடியேறிய நாடார் குடும்பம் ஒன்று சீர்திருத்தக் கிறித்தவத்தைத் தழுவியிருந்தது. இக்குடும்பத்தில் 24 அக்டோபர் 1824இல் பிறந்த ஆண் குழந்தைக்கு அருமை நாயகமென்று பெயர் சூட்டப்பட்டது. சாயர்புரத்தில் இயங்கி

வந்த எஸ்.பி.ஜி. சபையின் இறையியல் பள்ளியில் அருமை நாயகம் கல்வி பயின்றார். அவர் அங்கு பயின்றபொழுது ஐரோப்பியத் தமிழறிஞரான ஜி.யு.போப் ஆசிரியராகப் பணியாற்றினார். சமஸ்கிருதம், ஹீப்ரு, லத்தீன், கிரேக்கம் ஆகிய மொழிகளை அங்கு பயின்றார். உபதேசியார் தேர்வில் அவர் முதலிடம்பெற்றார். சுதேசக் கிறித்தவர்களில் நல்ல கல்வியறிவு பெற்றவர் என்ற நிலையை அருமை நாயகம் அடைந்திருந்தார்.

சாயர்புரத்திலிருந்த இறையியல் கல்லூரியில் படிப்பை முடித்தபின்னர் சட்டாம்பிள்ளை என்ற பதவி நாசரேத் பள்ளியில் கிட்டியது. இவர் பணியாற்றிய சமயம், மள்ளர் சாதியைச் சேர்ந்த ஒருவர் தலைமை ஆசிரியராக இருந்தார். அப்பகுதியைச் சார்ந்த பெண்ணொருத்தி தற்கொலை செய்துகொள்ள, அந்நிகழ்ச்சிக்கு அத்தலைமையாசிரியரே காரணம் என்ற கருத்தை அருமை நாயகம் பரப்பினார். இதனால் கோபமுற்ற பள்ளியின் நிர்வாகியான கெய்மெரர் அருமை நாயகத்தைப் பணியிலிருந்து நீக்கினார். அத்துடன் மணம்புரிவதற்காக அருமை நாயகம் தேர்ந்தெடுத்திருந்த பெண்ணை மணம்புரிந்து கொள்வதற்கு அனுமதி தர மறுத்துவிட்டார்.[1] தாம் தேர்ந்தெடுத்த ஒரு பெண்ணைத் திருமணம் செய்துகொள்ளும்படி வற்புறுத்தினார். சட்டம்பிள்ளை அதை ஏற்க மறுத்து நாசரேத்தை விட்டு வெளியேறினார். தேவாலயத்தில் நுழைந்து அவர் வழிபடக்கூடாதென்ற தடை உத்தரவையும் பிறப்பித்தார். இதனால் நாசரேத்திலிருந்து வெளியேறி சிலகாலம் சென்னையில் அருமை நாயகம் வசித்தார். அப்பொழுது, பிஷப் கால்டுவெல் எழுதி 1849இல் வெளியான 'திருநெல்வேலி சாணார்கள்' *(The Tinnevelly Shanars : A Sketch)* என்ற ஆங்கில நூலைப் படித்தார்.

ஐரோப்பாவிலுள்ள கிறித்தவக் கொடையாளிகளிடம் இந்தியாவில் நிகழும் கிறித்தவ மறைப் பணிகளை விளக்கி, இப்பணிக்கு நன்கொடை பெறுவதே, கால்டுவெல் இந்நூலை எழுதியதன் நோக்கமாகும். இந்நூலில் கிறித்தவ மதமாற்றத்திற்கு முன்னர் நாடார்களின் வாழ்க்கை நிலை எவ்வாறு இருந்தது என்பதைக் குறிப்பிட்டிருந்தார். ஐரோப்பிய இனமையவாதச் சிந்தனையின் தாக்கம் இந்நூலில் அழுத்தமாகப் படிந்திருந்தது. சான்றாக, *'Their intellectual dullness'* என்பது ஓர் உப தலைப்பாகும். இப்புத்தகத்தைப் படித்து முடித்ததும், அருமை நாயகத்துக்கு வெள்ளை மதக்குருக்களின் மீது மேலும் அதிக வெறுப்புத் தோன்றியது. தனது சாதியை இழிவுபடுத்தும் நூலாக இதைக் கருதினார். வேறு சில நாடார் கிறித்தவர்களும் இவரது கருத்தை ஆதரித்தனர். கால்டுவெல் எழுதிய இந்

நூலைத் தமிழாக்கம் செய்து ஆங்கிலமறியாத நாடார் கிறித்தவர்களிடம் பரப்பினார். இம்மொழிபெயர்ப்பு நூலை அச்சிடுவதற்கான செலவையும் நன்கொடையாகப் பெற்றார். ஐரோப்பிய மதக்குருக்களின் மீது அருமை நாயகம் வெறுப்புக் கொண்டிருந்தாலும் கிறித்தவத்தின்மீது அவர் வெறுப்புக் கொள்ளவில்லை. போப்பினுடைய தலைமையை ஏற்றுக்கொள் ளாது, கிறித்தவர்களாக விளங்கும் உரிமை சீர்திருத்தக் கிறித்தவர் களுக்கு இருப்பது போன்று, ஐரோப்பிய குருக்களைக் கொண் டியங்கும் சீர்திருத்தக் கிறித்துவ சபையிலிருந்து விலகித் தனியாக ஒரு கிறித்தவ சமயப் பிரிவை உருவாக்கும் உரிமை தனக்கும் உண்டு என்று கருதினார். இதனடிப்படையில் 1857ஆம் ஆண்டில் இந்து கிறித்தவ சபையை *(Hindu Christian Church of Lord Jesus)* நிறுவினார். மூக்குப்பேரியைச் சுற்றியுள்ள ஓயங்குடி, குளத்துக்குடி, சாலைப்புதூர், வாழையடி, பட்டைக்கரை, பன்றிமடல், வவுத் தான் குப்பம் என்ற ஊர்களில் வாழ்ந்து வந்த சீர்திருத்தக் கிறித்தவ சமயத்தைச் சார்ந்த நாடார்கள் இவரை ஆதரித்தனர். இதன் காரணமாக முழுக்க முழுக்க நாடார்களை மட்டும் கொண்ட ஒரு கிறித்தவ சபையாக இது உருவெடுத்தது.

சட்டாம்பிள்ளை வேதம்

சட்டாம்பிள்ளை

இவ்வாறு, புதிதாக உருவாக் கப்பட்ட இப்புதிய கிறித்தவப் பிரிவானது விவிலியத்தை மறுக்காது ஏற்றுக்கொண்டது. குறிப்பாக, யூதப் பழக்கவழக்கங்களைக் கூறும் பழைய ஏற்பாட்டை முழுமை யாகப் பின்பற்றியது. இதனால் யூத பழக்க வழக்கங்கள் இவர்களின் வழிபாட்டுச் சடங்கில் இடம்பெற் றன. வேதம் என்பது பிராமணர் களுக்கு மட்டுமே உரியதாக இந்துப் பண்பாட்டில் வலியுறுத்தப்பட்ட நிலையில் விவிலியமானது வேதம் என்ற பெயரில் தமிழர்களிடையே பரவியது. பாரம்பரியமாக மறுக் கப்பட்ட ஒன்றைப் பெற்றவர்கள் வேதக்காரர்கள் என்றழைக்கப்பட்டனர். கிறித்தவ வேதமான விவிலியத்திலிருந்து புதிய சமயத்தின் சட்டதிட்டங்களை வகுத்த அருமைநாயகம், சட்டாம் பிள்ளையாகப் பணியாற்றிய தால் இச்சமயப் பிரிவை ‘சட்டாம்பிள்ளை வேதமென’ மக்கள் அழைத்தனர்

மூக்குப்பேரியிலுள்ள சாமியடியான் என்னும் உபதேசி யாரையும் கெய்மெரர் சபையைவிட்டு விலக்கியிருந்தார். அவரையும், பிரகாசபுரம் கிராமத் தலைவரான மதுரநாயகம் என்பவரையும் அருமைநாயகம் தம்முடன் சேர்த்துக்கொண்டார். நாடார்கள் குறித்து கால்டுவெல் எழுதிய நூலுக்கும், கெர்ம்ஸ் என்ற ஐரோப்பியக் குரு எழுதிய கட்டுரைக்கும் மறுப்புத் தெரிவித்து அருமை நாயகம் நூல் ஒன்றை எழுதினார். இந்நூலை வெளியிடுவதற்காக சந்தைக்கு வரும் மக்களிடம் இவர்கள் பணம் திரட்டியதாகக் கெய்மெரர் குற்றம் சாட்டி, திருநெல்வேலி மாவட்டத் துணை ஆட்சியாளருக்குக் கடிதமொன்றை எழுதினார். இதன் விளைவாக சட்டாம் பிள்ளையும் அவரது நண்பர்களும் கைதுசெய்யப்பட்டுப் பின்னர் அபராதம் விதிக்கப்பட்டனர். சட்டாம்பிள்ளையின் செல்வாக்கு இதனால் சரிந்துவிடவில்லை.

சட்டாம்பிள்ளை கல்லறை

கி.பி. 1882இல் இந்து ஏகரட்சகர் சபையின் உறுப்பினர்களுக்கும் சட்டாம்பிள்ளைக்கும் கருத்து வேறுபாடு ஏற்பட்டது. இவ்வாறு கருத்து வேறுபாடுகொண்டவர்கள், இந்து ஏகரட்சகர் சபையிலிருந்து பிரிந்துசென்று "இந்திய ஏகரட்சகர் சபை" (**Indian Christ Church**) என்ற பெயரில் தனிச் சபை ஒன்றை உருவாக்கினர். இப்பெயரின் வாயிலாக இந்து என்ற அடையாளம் தம் சபையின் பெயருடன் இணையாமல் பார்த்துக்கொண்டனர். இவ்வாறு பிரிந்து சென்றாலும் ஐரோப்பியப் பாணியிலான கிறித்தவ சபையிலிருந்து விடுபட்டு சுயேச்சையான திருச்சபை ஒன்றை நிறுவியவர் என்ற முறையில் சட்டாம்பிள்ளை மீது மரியாதை கொண்டிருந்தனர். 1919ஆம் ஆண்டு அவர் மறையும் வரை இது நீடித்தது. சட்டாம்பிள்ளையும் தம்மிடமிருந்து பிரிந்து சென்றவர்களிடம் பகைமை பாராட்டவில்லை. சட்டாம்பிள்ளையின் மறைவிற்குப் பின்னர் அவர் உருவாக்கிய "இந்து ஏகரட்சகர் சபை" மறைந்துபோனது. ஆனாலும் அது இந்திய ஏகரட்சகர் சபையின் வாயிலாகத் தன்னை வெளிப்படுத்திக்கொண்டிருக்கிறது.

இந்திய ஏகரட்சகர் சபை தனக்கென சில தனித்துவமான வழிபாட்டு முறைகளையும் சமயச் சடங்குகளையும் இன்றுவரை கடைப்பிடித்துவருகிறது. அவை வருமாறு:

பிதா சுதன் பரிசுத்த ஆவி என்ற மூன்றும் ஒன்றேயென்று கருதுவதை புனித திரித்துவம் (*Holy trinity*) என்று கிறித்துவ இறையியலாளர் குறிப்பிடுவர். ஆனால், இந்திய ஏகரட்சகர் சபை புனித திரித்துவத்தை ஏற்றுக்கொள்வதில்லை. திரித்துவத்தின் ஒரு கூறான பரிசுத்த ஆவியை ஓர் ஆற்றலாக மட்டுமே கருதுகிறது.

நாள்தோறும் தேவாலயத்தில் வழிபாடு நடத்துவதில்லை.

பிற கிறித்தவப் பிரிவுகளைப் போன்று ஞாயிற்றுக்கிழமையை ஓய்வுநாளாகக் கருதாமல் சனிக்கிழமையை ஓய்வுநாளாகக் கருதுகின்றனர்.

> "ஆறுநாளும் நீ வேலைசெய்து, உன் கிரியைகளையெல் லாம் நடப்பிப்பாயாக;
>
> ஏழாம்நாளோ உன் தேவனாகிய கர்த்தருடைய ஓய்வு நாள். அதிலே நீயானாலும், உன் குமாரனானாலும், உன் குமாரத்தியானாலும், உன் வேலைக்காரனானாலும், உன் வேலைக்காரியானாலும், உன் மிருக ஜீவனானாலும், உன் வாசல்களில் இருக்கிற அந்நியனானாலும், யாதொரு வேலையும் செய்யவேண்டாம்.
>
> கர்த்தர் ஆறு நாளைக்குள்ளே வானத்தையும், பூமியை யும் சமுத்திரத்தையும் அவைகளிலுள்ள எல்லாவற்றையும் உண்டாக்கி ஏழாம் நாளிலே ஓய்ந்திருந்தார்; ஆகையால், கர்த்தர் ஓய்வு நாளை ஆசிர்வதித்து, அதைப் பரிசுத்த மாக்கினார்."

என்ற விவிலிய வாசகங்களை (யாத்திராகமம் *20:9—11*) இச் செயலுக்குச் சான்றாகக் குறிப்பிடுகின்றனர். வெள்ளிக்கிழமை

எக்காளம் ஊதுதல்

மாலை ஆறு மணியிலிருந்து சனிக்கிழமை மாலை ஆறு மணி வரை ஓய்வுநாளாகக் கடைப்பிடிக்கப்படுகிறது. ஓய்வு நாளன்று சமையல்கூடச் செய்வதில்லை. பசுமாடு வளர்ப்பவர்கள் பால் கறக்காமல் கன்றுக்குட்டி குடிக்கும்படி விட்டுவிடுவார்கள்.

பிற கிறித்தவ திருச்சபையினரைப் போன்று வழிபாட்டை அறிவிக்க மணியடிப்பதில்லை. மாறாக எக்காளம் என்ற குழலிசைக் கருவியை (பார்க்க : புகைப்படம்) ஊதுகின்றனர். வழிபாடு தொடங்கும் ஒரு மணி நேரத்திற்கு முன்னர் ஒரு தடவையும் வழிபாடு தொடங்குவதற்கு சற்று முன்பு ஒரு தடவையும் எக்காளம் ஊதப்படும்.[1]

ஆலயத்தில் நுழையும் முன்னர் காலணிகளைக் கழற்றி விடுவர். ஆலயத்திற்கு வெளியில் உள்ள தொட்டியிலுள்ள நீரைப் பயன்படுத்தி கை, கால், கழுவிச் சுத்தப்படுத்திக்கொள்ள வேண்டுமென்பது கட்டாயமாகும்.

சைவ, வைணவ சமயத்தினரைப் போன்று மாதவிலக்குத் தீட்டையும், பிறப்பு இறப்பு தீட்டையும் தம் வழிபாட்டுத் தலத்தில் பின்பற்றுகின்றனர். இதன்படி, மாதவிலக்கான பெண்கள் ஏழு நாட்களும் ஆண் குழந்தையைப் பெற்றெடுத்த பெண் நாற்பது நாட்களும் பெண் குழந்தையைப் பெற்றெடுத்த பெண் எண்பது நாட்களும் இறந்தவரின் உடலைத் தொட்டவர்கள் ஏழு நாட்களும் புதிதாகத் திருமணம் செய்தவர்கள் பதினாறு நாட்களும் ஆலயத்திற்குள் செல்லக்கூடாது. இக் கட்டுப்பாடுகள் யூதர்களின் நம்பிக்கையையொட்டி உருவான தென்றும் பழைய ஏற்பாட்டில் இதற்குச் இச்சான்றுகள் உள்ளன என்றும் குறிப்பிடுகின்றனர்.

வழிபாட்டின்போது யேசுவின் மரணத்தை நினைவுகூரும் வகையில் திருவிருந்துடன் கூடிய திருப்பலிச் சடங்கினை நிகழ்த்துவதில்லை. ஆனால், ஆண்டுக்கொருமுறை மட்டும் நிகழும் பாஸ்கா பண்டிகை அன்று நள்ளிரவில் இச்சடங்கு நடைபெறும். இதற்கான அப்பத்தையும் திராட்சை ரசத்தையும் இச்சபையினரே தயாரிப்பர்

ஆலய வழிபாட்டின்போது, தம் நெற்றி தரையில் படும்படி மண்டியிட்டு வணங்குவதுடன், தம் தலை, முகம், மார்பின் மீது இருகரங்களையும் கூப்பித் தொழுவர்.

போதகரும் (குருவும்) பக்தர்களும் அமர, இருக்கை வசதிகளை அனுமதிப்பதில்லை. தரையிலும், விரிப்புகள் எவையும் விரிப்பதில்லை.

ஆ. சிவசுப்பிரமணியன்

குழந்தைகளுக்குத் திருமுழுக்கு வழங்குவது இந்து ஏக ரட்சகர் சபையில் கிடையாது. பதினெட்டு வயது நிரம்பியவர்களுக்கே தண்ணீரில் மூழ்கச்செய்து திருமுழுக்கு கொடுக்கப்படுகிறது. இதனால் இவர்களின் திருமுழுக்குச் சடங்கு ஆறு, குளம் போன்றவற்றில் நடைபெறுகிறது. தேவாலயத்தில் நடைபெறுவதில்லை. குளத்தில் தண்ணீரில்லையென்றால் தண்ணீர்த் தொட்டியில் மூழ்கச்செய்து திருமுழுக்கு வழங்குவர். திருமுழுக்குப் பெற்றவர்கள் ஈரஉடையுடன் கோவிலுக்குச்சென்று ஜெபம் செய்வர். கத்தோலிக்கத் திருச்சபையிலும் தென்னிந்தியத் திருச்சபையிலும் தலையில் தண்ணீர் தெளித்து சிறுவயதிலேயே திருமுழுக்கு வழங்கும் முறையிலிருந்து இது மாறுபடுகிறது. ஏழாம்நாள் வருகை சபை, (Seventh day Adventists) பெந்தேகோஸ்தே சபை என்ற கிறித்தவ சபையினர் மேற்கொள்ளும் திருமுழுக்கை ஒத்ததாகவே இந்திய ஏகரட்சகச் சபையின் திருமுழுக்கு அமைந்துள்ளது.

வழிபாட்டின்போது, பாடல்கள் பாட ஆலயப் பாடகர் குழுவை உருவாக்குவதில்லை. குழு மனப்பான்மையையும் பக்தர்களிடம் வேறுபாட்டையும் இது உருவாக்குமென்று கருதுவதே இதற்குக் காரணம்.

பாடப்படும் பாடல்கள் சட்டாம்பிள்ளை எழுதிய 'தெகில்லீம்' என்ற நூலில் உள்ளவையாகும். மேற்கத்திய இசையில் அமைந்த பாடல்களைப் பாட அனுமதிப்பதில்லை.

'சமுதாய விண்ணப்பங்கள்' என்ற தலைப்பில் உருவாக்கப்பட்ட சிறு நூலிலுள்ள ஏழு மன்றாட்டுக்கள் மட்டுமே வழிபாட்டில் இடம்பெறுகின்றன.

ஆலய வழிபாட்டின்போது, காணிக்கைப் பெட்டியின் வாயிலாக வழிபடுவோரிடம் காணிக்கை வாங்குவதில்லை. "தசமபாக காணிக்கை" என்ற பெயரில், வருவாயில் பத்தில் ஒரு பங்கு செலுத்த வேண்டுமென்ற விதிமுறையை மட்டும் கடைப்பிடிக்கின்றனர்.

தசமபாக காணிக்கை தவிர வேறு சில காணிக்கை முறைகளும் உண்டு. இக் காணிக்கைகளுள் "பொருந்துணை காணிக்கை" என்பதும் ஒன்று. ஒரு செயல் நடக்க வேண்டுமென்று விரும்புபவர்கள் ஒரு குறிப்பிட்ட தொகையை, தங்கள் பொருளாதார நிலைமைக்கு ஏற்ப நேர்ச்சையாகச் செலுத்துவதாக வேண்டிக்கொள்வார்கள் (நேர்ந்து கொள்வார்கள்). தாம் விரும்பியபடி நடந்துவிட்டால், வேண்டிக்கொண்டபடி

நேர்ச்சைத் தொகையை கோவிலுக்குச் செலுத்திவிடுவர். இத்தகைய நேர்ச்சை வேண்டுதல்கள் நிறைவேறியதை 'எக்காளப் பிரஸ்தாபம்' என்ற இச்சபையின் பத்திரிகையின் வாயிலாக வெளிப்படுத்துகின்றனர். சான்றாகப் பின்வரும் மூன்று கடிதங்களைக் குறிப்பிடலாம் (1995; செப் – அக், பக் 15, 16).

யோகோவா துணை

எனது மனைவிக்குத் தேவன் நல்ல சுகப் பிரசவத்தைக் கட்டளையிடவேண்டும் என்று நானும், என் தகப்பனார் அவர்களும் பொருத்தனை நேர்ந்து ஜெபித்து வந்தோம். தேவனாகிய கர்த்தர் எங்கள் ஜெபத்தைக் கேட்டு என் மனைவிக்குச் சுகப் பிரசவத்தைக் கட்டளையிட்டார். அவருடைய மகிமையும், மகத்துவம் நிறைந்த நாமத்திற்கு ஸ்தோத்திரம்.

இப்படிக்கு
சபை சகோதரன்
ஜெ. தானியேல்
நிலம்பூர், கோவை.

யோகோவா துணை

என்னுடைய சொந்தக் கடை, வீட்டில் வாடகைக்கு இருந்த நபரிடம் கடை, வீடு எங்களுக்குத் தேவை உள்ளது காலி பண்ணிக்கொடுங்கள் என்று சொன்னேன். அந்தத் தவணை நாள் கழிந்தபோதும் காலிபண்ணாமல் விவாதம் செய்து கொண்டிருந்தான், நாம் இவரிடம் பேசி பிரயோஜனம் இல்லை. கர்த்தரிடத்தில் வேண்டிக்கொள்வோம் என்று பொருத்தனை காணிக்கை 1000 நேர்ந்து ஜெபித்து வந்தோம். தேவன் எங்கள் ஜெபத்தைக் கேட்டு எந்தவிதப் பிரச்சனையில்லாமல் காலி செய்து போக கிருபை செய்தார். அவருடைய மகத்துவமான நாமத்திற்கு ஸ்தோத்திரம்

இப்படிக்கு
சபை சகோதரன்
எ. கீதியோன்
பிரஸ்காலனி, கோவை.

யோகோவா துணை

எனது மனைவிக்கு அடிக்கடி நெஞ்சுவலி இருந்துவந்தது. நான் தெய்வ சமூகத்தில் பொருத்தனை நேர்ந்து சுகம்கொடுக்கும் படியாக தேவனாகிய கர்த்தரிடத்தில் ஜெபித்துவந்தேன்.

ஆ. சிவசுப்பிரமணியன்

கர்த்தர் ஜெபத்தைக் கேட்டு நல்ல சுகம்கொடுத்தார். கர்த்தருக்கு ஸ்தோத்திரம்.

இப்படிக்கு
சபை சகோதரன்
டி. ஜெயபிரகாஷ்
சிங்காநல்லூர், கோவை

'முதற்பலன் காணிக்கை' என்ற பெயரில் வேளாண்மை, கால்நடை வளர்ப்பு, மரம் வளர்ப்பு ஆகிய தொழில்களில் ஈடுபட்டிருப்போர் அவற்றின் முதல் பலனைக் காணிக்கையாக வழங்குவர். இக்காணிக்கைப் பொருளை ஏலம்விட்டு அத் தொகையைக் கோவிலுக்கு எடுத்துக்கொள்வர்.

உருவ வழிபாட்டைக் கடுமையாக வெறுப்பவர்கள் என்ப தால் தேவாலயத்தினுள் உருவங்கள், படங்கள், எவற்றையும் வைப்பதில்லை. சிலுவையடையாளத்தைக்கூட வைப்பதில்லை. ஒரு வெள்ளைத்துணியில் விவிலியத்தைச் சுற்றி அதைப் பலி பீடத்தில் வைத்திருப்பார்கள். வழிபாடு தொடங்கும்போது விவிலியத்தை வெளியில் எடுத்துப் போதகர் வாசிப்பார்.

'சமுதாய விண்ணப்பங்கள்' என்ற தலைப்பில் உருவாக்கப் பட்ட சிறு நூலில் உள்ள ஏழு மன்றாட்டுக்கள் மட்டுமே வழிபாட்டில் இடம்பெறுகின்றன. யேசு சிலுவையில் அறையப் பட்ட நாளுக்கு முந்தைய நாட்களைத் தவக்காலமாக (*Lent Period*) கருதும் வழக்கம் கிடையாது.

திருமணச் சடங்கு, இறப்பு சடங்கு ஆகியன தேவாலயத்தில் நடைபெறுவதில்லை. வீடுகளில்தான் திருமணம் நடக்கும். பிணத்தைத் தொட்டவர்கள் தீட்டுக்குரியவர்கள் எனக் கருதி ஆலயத்திற்குள் செல்லக்கூடாது என்ற விலக்குள்ளதால், பிணத்தைத் தேவாயலத்திற்குள் எடுத்துச்செல்வது கிடையாது. இதனால் அடக்கபூசை நடப்பதில்லை.

இவ்வாறு ஐரோப்பியப் பண்பாட்டுடன் தொடர்புடையன என்று கருதியவற்றை நீக்கிவிட்டு, ஏனைய கிறித்தவச் சபைகளி லிருந்து வேறுபாடான வழிபாட்டு முறைகளையும் சடங்கு களையும் இந்திய ஏக ரட்சகர் சபை பின்பற்றி வருகிறது. ஆனால் இவற்றுள் சில, பழைய விழுமியங்களைச் சார்ந் துள்ளன என்பதும் நோக்குதற்குரியது. குறிப்பாக, பூப்புத்தீட்டு குறித்த கருத்தியல்கள் சைவ, வைணவ சமயத்தில் ஆதிக்கம் செலுத்துபவை. என்னதான் யூதப் பண்பாடு என்று குறிப்பிட் டாலும் அது கிறித்துவ விழுமியங்களுக்கு மாறுபாடானது

என்பதுதான் உண்மை. சபையின் தேர்தலில் பங்கெடுக்க, பெண்களுக்கு அனுமதியின்மை, சபைக் கூட்டத்தில் கேள்வி கேட்க அனுமதியின்மை என்பனவற்றிற்கெல்லாம் பூப்பூத்தீட்டு குறித்த இந்நம்பிக்கையே அடிப்படைக் காரணமாகவுள்ளது.

சட்டாம்பிள்ளையின் பங்களிப்பு

இந்திய ஏகரட்சகர் சபையின் தோற்றத்திற்கு அடிப்படைக் காரணமாக அமைந்தது இந்து ஏகரட்சகர் சபையாகும். இதற்கு வித்திட்டதன் வாயிலாக இந்திய ஏகரட்சகர் சபையின் உருவாக் கத்திற்கும் சட்டாம்பிள்ளை காரணமாக உள்ளார். ஆதிக்க சாதியினரின் ஒடுக்குமுறைக்கு ஆளாகியிருந்த நாடார் சமூகத் தினர் அதை அப்படியே ஏற்றுக்கொண்டு வாளாயிருக்கவில்லை. அதற்கு எதிராக அவ்வப்போது பல்வேறு நிலைகளில் கிளர்ந் தெழுந்து போராடியுள்ளனர். அப்போராட்ட வடிவங்களுள் ஒன்றே கிறித்தவ மதமாற்றம். ஆனால், அங்கும் சில ஐரோப்பியப் பாதிரிகள், தம்மை இழிவுபடுத்துவதாக சட்டாம்பிள்ளை கருதியதன் விளைவாகவே ‘சட்டாம்பிள்ளை வேதம்’ அல்லது ‘நாட்டுச் சபை’ என்ற புதிய கிறித்தவப் பிரிவின் தோற்றம் நிகழ்ந்தது. சட்டாம்பிள்ளையின் பன்மொழிப் புலமையும் வரலாற்றுணர்வும் இதற்கு முக்கியக் காரணமாக இருந்தன. தம் சாதியின் இழிவு தொன்றுதொட்டு வந்ததல்ல. இடைக்காலத் தில் திணிக்கப்பட்ட ஒன்று என்பதை அவர் உணர்ந்திருந்தார். இந்நிலையில் கால்டுவெல் எழுதிய ‘திருநெல்வேலி சாணர்கள்’ என்னும் நூலைப் படித்ததும் அதை எதிர்க்கவேண்டிய அவசியம் அவருக்கு ஏற்பட்டது.

ஒடுக்குமுறையிலிருந்து தன்னை விடுவித்துக்கொள்ளப் போராடும் எந்த ஒரு சமூகமும் தன் கடந்தகால வரலாற்றைத் தேடும். சட்டாம்பிள்ளை தம் சமூகம் குறித்த வரலாற்றுத் தேடலில் ஈடுபட்டார். பனையேறும் தொழில் செய்பவர்களாக, நாடார் சமூகத்தின் ஒரு பகுதியினர் மட்டுமே இருந்தனர். ஒட்டு மொத்த நாடார் சமூகமும் அத்தொழிலில் ஈடுபடவில்லை என்பதுதான் உண்மை. நிலவுடைமையாளர்களாகவும் வணிகர் களாகவும் கல்வி அறிவு பெற்றவர்களாகவும் கிறித்தவத்தின் பரவலுக்கு முன்பே அவர்கள் இருந்துள்ளனர். ‘முக்கந்தர்’ ‘நாடாழ்வார்’ என்று அவர்களிடையே வழங்கிய பட்டங்கள் அவர்களின் உயர் நிலைக்குச் சான்றாகும்.

இடைக்காலத்தில் பெரும்பாலும் நாயக்கர் ஆட்சிக்காலத் தில் பல்வேறு சாதியினர் கீழ்நிலைக்குத் தள்ளப்பட்டனர். இதை மீட்டெடுக்கும் வகையில் செயல்பட்டவர்களுள் சட்டாம்

பிள்ளையும் ஒருவர். சாணார் என்ற சொல்லுக்குச் சான்றோர் என்று பொருள்கொண்டு ‘சான்றோர் மனு’ என்ற பெயரில் ஆய்வுநூல் ஒன்றை அவர் எழுதியுள்ளதாகத் தெரிகிறது. 1897ஆம் ஆண்டு, கமுதி கோவில் நுழைவு வழக்கில் நாடார்களின் தரப்பிற்கான பல்வேறு இலக்கிய வரலாற்றுச் சான்றுகளை, சட்டாம்பிள்ளை திரட்டிக் கொடுத்துள்ளார்.

சட்டாம்பிள்ளை வேதமானது அதைப் பின்பற்றுவோரின் நிதி உதவியின் துணையுடன் நிலைத்தது. இது குறித்து ஸ்டீபன் நீல் என்ற பேராயர்,

> “ஒரு நூற்றாண்டுக்கும் மேலாக இந்து கிறித்தவர்களான இச் சிறுகுடும்பம் இன்றுவரை நிலைத்து நிற்கிறது. வெளியிலிருந்து எவ்வித உதவியும் பெறாமல் தன்னை நிலை நிறுத்திக்கொண்டுள்ளது. இந்தியத் திருச்சபை வரலாற்றில் இது குறிப்பிடத்தக்க முன்னேற்றம் என்பது உறுதி *(Stephen Neill, 1985 232 —233).”*

என்று பாராட்டியுள்ளார். இவ்வாறு பாராட்டினாலும் அது பிரகாசபுரத்தில் மட்டுமே நிலைத்து நிற்கிறது என்று குறிப்பிட்டுள்ளார் (மேலது 233). ஆனால் சட்டாம்பிள்ளையின் எதிர்க் குரலாக உருவான சுயேச்சைக் கிறித்தவ சபை, தன் அடையாளத்தை இழக்காமல் தான் தோன்றிய நாசரேத் வட்டாரத்தில் மட்டுமல்லாமல் சின்னாளப்பட்டி (திண்டுக்கல் மாவட்டம்) குரோம்பேட்டை (சென்னை) கோயம்புத்தூர் எனத் தமிழ்நாட்டின் பிற பகுதிகளிலும் நிலைபெற்றுள்ளது.

குறிப்பு

> மாதப் பிறப்பிலும், நியமித்த காலத்திலும், நம்முடைய பண்டிகை நாட்களிலும், எக்காளம் ஊதுங்கள். இது இஸ்ரவேலுக்குப் பிரமாணமும் யாக்கோபின் தேவன் விதித்த நியாயமுமாயிருக்கிறது. (சங்கீதம் 81; 3 – 4)

என்ற விவிலிய வாசகத்தின் அடிப்படையிலேயே எக்காளம் ஊதப்படுகிறது. எனவே சைவ, வைணவக் கோவில்களில் எக்காளம் ஊதுவதையும் இந்திய ஏகரட்சகர் சபையில் எக்காளம் ஊதுவதையும் ஒன்றாகக் கருதக்கூடாதென்பது இவர்களது கருத்து.

துணை நூற்பட்டியல்

Stephen Niel 1985

A History of Christianity in India (1707-1758)

Thomas Thangaraj M. 1971

The History and Teachings of the Hinduchristian Community commonly called Nattu Sabai in Tirunelveli.

The Indian Church History Review (VolV. No.1)

Vincent Kumaradoss 1996 Negotiating Colonial Christianity: The Hindu Christian Church of late Nineteenth Century Tirunelveli

South Indian Studies 1, January 35-53

அருமைநாயகம் சட்டாம்பிள்ளை *1995*

தெகில்லீம் என்ற தெய்வாகமச் சங்கீதம்

எக்காளப் பிரஸ்தாபம். *(எக்காளம் 9, பிரஸ்தாபம் 1, 1995)*

ஆசிரியரின் பிற காலச்சுவடு வெளியீடுகள்

பனை மரமே! பனை மரமே!
பனையும் தமிழ்ச் சமூகமும்
ரூ. 590

தமிழ்க் கிறித்தவம்
ரூ. 190

ஆஷ் கொலையும்
இந்தியப் புரட்சி
இயக்கமும்
ரூ. 200

மந்திரமும் சடங்குகளும்
ரூ. 250

தமிழகத்தில் அடிமைமுறை
ரூ. 220

கிறித்தவமும் சாதியும்
ரூ. 290

உபதேசியார் சவரிராயபிள்ளை
1801 – 1874 (பதிப்பு)
ரூ. 350

வரலாறும் வழக்காறும்
ரூ. 150

ஆகஸ்ட் போராட்டம்
ரூ. 160

உப்பிட்டவரை...
ரூ. 200